இலங்கையில் பரதேசி

பரதேசியின் பயணங்கள் - 2

பரதேசி ஆல்ஃபிரட் தியாகராஜன்

ukiyoto®

Ukiyoto Publishing

Ukiyoto Publishing

சேர்ந்தது

Published in 2022

ISBN 9789354905889

இந்த படைப்பு *Pachyderm Tales* உடன் இணைந்து
தயாரிக்கப்படுகிறது

www.pachydermtales.com

இந்நூலில் நீங்கள் பரதேசியுடன் சுற்றிப் பார்க்கப் போகும் முக்கிய இலங்கைச் சுற்றுலாத்தலங்கள்:

1. இலங்கை நாடாளுமன்றம்
   Parliament Building of Srilanka

2. விக்டோரியா பூங்கா (எ) விகார மகாதேவி பூங்கா
   Victoria Park @ Viharamahadevi Park

3. கொழும்பு நகர மண்டபம்
   Town Hall of Colombo

4. கங்கராமயா கோயில்
   Gangaramaya Temple

5. பின்னவாலா யானைகள் சரணாலயம்
   Pinnawala Elephant Orphanage

6. பேராதனை தாவரவியல் பூங்கா
   Royal Botanical Gardens, Peradeniya

7. உலகப் புகழ் பெற்ற புத்தரின் புனிதப் பல் கோயில்
   World Famous Buddha's Sacred Tooth Temple

8. கண்டி மன்னர்கள் அரண்மனை
   Palace of Kandy Kings

9. காலே நகரம்
   Galle City

10. பரேலியா கடல் ஆமைக் காப்பகம்
    Sea Turtle Hatchery, Paraliya

11. காலே கடற்கரை
Galle Beach

12. கொழும்பு தேசிய அருங்காட்சியகம்
National Museum Of Colombo

13. கால் முகத் திடல்
Galle Face Green

இவை தவிர போர்த்துக்கீசியர், டச்சுக்காரர், பிரிட்டிஷார் இலங்கையைக் கைப்பற்றிய கதை,

மதுரை நாயக்க மன்னர்கள் இலங்கையின் அரியணை ஏறிய சுவையான வரலாறு,

புத்தரின் புனிதப் பல்லைச் சுற்றி ஆயிரக்கணக்கான ஆண்டுகளாய் நிலவும் அரசியல்,

500 ஆண்டுகளாகியும் கம்பீரம் குலையாத டச்சுக் கோட்டை பற்றிய வியப்பூட்டும் செய்திகள்,

மேலும் ஜேட் (Jade) புத்தர், போதி மரத்தின் கிளை மரம், ஐந்தாம் ஜார்ஜ் மன்னர் நட்ட பீரங்கிக் குண்டு மரம், தலதா மாளிகையின் தங்கக் கூரை, கண்டி அரசர்களின் சிம்மாசனம், மணிமுடி என அதிசயமான பொருட்கள் பற்றிச் சுவையான தகவல்கள்,

அனைத்தையும் ஏராளமான படங்களுடன் படிக்க, பார்க்க, சுவைக்க வாருங்கள் உள்ளே!

உள்ளடக்கம்

வானத்தில் வட்டமிட்ட நள்ளிரவு தேவதைகள்!

'வணக்கம் என்ற சொல் என் காதில் தேனாகப் பாய்ந்தது. நிமிர்ந்து பார்த்தால் அந்தத் தமிழச்சியின் வரவேற்கும் புன்னகையால் உதடுகள் மட்டுமல்லாமல் கண்களும் புன்னகையைச் சிந்தின. என் நெற்றியிலும் தமிழன் என்று எழுதியிருக்கிறதை நன்றாகப் படித்து விட்டாள் போலும் அந்தப் பெண்.

'வணக்கம் என்ற சொல் இவ்வளவு இனிப்பாக இருக்குமா? ஒருவேளை அழகிய தமிழ்ப்பெண் சொன்னதாலோ?' என்று யோசித்தேன். அது மட்டுமல்ல, சீனா போன்ற நாட்டில் சுற்றுப்பயணம் செய்துவிட்டுத் திரும்பும்போது விமானத்தில் சற்றும் எதிர்பாராத 'வணக்கம்' என்ற செந்தமிழ் ஒலித்ததால் அப்படித் தோன்றியிருக்கும் என்று நினைக்கிறேன். மட்டுமில்லாது கொஞ்ச நாட்களாய் மஞ்சள் நிறச் சப்பை மூக்கு ஆண்களையும் பெண்களையும் பார்த்துச் சலித்துப் போய் இருந்ததால், மினுமினுக்கும் திராவிட நிறத் தமிழ்ப்பெண் சொன்ன வணக்கம் இனித்திருக்கலாம்.

ஏனென்றால் தமிழ்நாட்டில் அதுவும் மதுரைக்குப் போகும் விமானத்தில் இந்தியும் ஆங்கிலமும் தவிர தமிழைக் காணோம். எல்லா அரசியல் வியாதிகளும் அதில்தான் பயணம் செய்கிறார்கள். அதனைப் பற்றி யாரும் சொல்லக் காணோம். இலங்கையின் சிங்கள

அரசாங்கம் நடத்தும் விமானச் சேவையில் தமிழ் ஒலிப்பது பெருமைப்படக்கூடிய விடயம்தானே?

பதிலுக்கு நானும் கையெடுத்து வணக்கம் சொல்ல, சீட் பெல்ட்டைச் சரி செய்யச் சொல்லிவிட்டு நகர்ந்தாள் அந்தப் பெண். இலங்கையின் விமானச் சேவையான ஸ்ரீலங்கன் ஏர்லைன்ஸ் போயிங் விமானம் மிகவும் பெரியதாகவே இருந்தது. விமானப் பணிப்பெண்கள் அனைவரும் சேலைதான் கட்டியிருந்தனர். ஆனால் முந்தானையை இடதுபுறத் தோளில் இழுத்துப் பின்னால் கொசுவம் வைத்துக் கட்டியிருந்தார்கள். எல்லாரும் தமிழ் அல்ல, சிங்களப் பெண்களும் இருந்தனர். ஆனால் நம் தமிழ்ப் பெண்களின் முக லட்சணம் அவர்களிடத்தில் மிஸ்ஸிங். நள்ளிரவிலும் நன்றாக உடுத்திப் புன்னகை சிந்திய வானத்துத் தேவதைகள் வளைய வந்து எங்கள் தேவைகளைக் கேட்டுக் கேட்டுச் செய்தனர்.

இன்னொரு ஆச்சரியம் என்னவென்றால் சீட்டின் முன்னால் உள்ள நெறிமுறைகள் தமிழில் எழுதியிருந்தன. அதோடு அறிவிப்பும் ஆங்கிலம், சிங்களம் மற்றும் தமிழிலும் வந்தது. அதற்கெனவே தமிழ்ப் பெண்கள் அமர்த்தப்பட்டிருக்க வேண்டும் என நினைக்கிறேன்.

சுற்றிலும் பார்த்தேன். முக்கால்வாசி சீன மூஞ்சிகள்தான் இருந்தன. இவர்கள் எங்கே இலங்கைக்குப் போகிறார்கள் என்று ஆச்சரியமாக இருந்தது. பயணிகளில் தமிழ் மூஞ்சிகளில் இந்தப் பரதேசி தவிர வேறு ஒருவரையும் நான் பார்க்கவில்லை. அது சரி, சீனாவிலிருந்து போகும் இந்த விமானத்தில்

எந்தத் தமிழ் இலங்கைக்கு வரக்கூடும்? அது ஒரு அபூர்வ நிகழ்வுதானே!

அந்தப் பக்கம் திரும்பவும் வந்த தமிழச்சியிடம், "சாப்பிட இட்லி, தோசை கிடைக்குமா?" என்றேன். மீண்டும் முகமெங்கும் விரிந்த, செயற்கைத்தனம் கொஞ்சம் கூட இல்லாத புன்னகையுடன், "அதெல்லாம் கிடைக்காது" என்று அன்புடன் சொன்னதை, அன்புக்கு நான் அடிமை என்பதால் ஏற்றுக்கொண்டு கொஞ்ச நேரத்தில், கொடுத்த உணவினைச் சாப்பிட்டேன். 'ஹூம்! இட்லி, தோசை சாப்பிட்டு எத்தனை நாளாயிற்று!' என்று பெருமூச்சுடனும் மெலிதான ஏப்பத்துடனும் வலிதான ஏக்கத்துடனும் அப்படியே தூங்கிவிட்டேன்.

முதலில் இந்தியப் பயணத்தைத் திட்டமிட்டபோது இலங்கை போக எந்த எண்ணமும் இல்லை. சீனா வழியாக இந்தியா போவதுதான் திட்டம். சீனாவில் கடுங்குளிர் என்பது அதன் பின்தான் தெரிய வந்தது. கேன்சல் பண்ணினால் நஷ்டமாகும் என்பதால் சரியென்று சொன்னேன். நியூயார்க்கிலிருந்து கத்தார் ஏர்லைன்சின் மூலம் பெய்ஜிங் சென்று அங்கிருந்து ஸ்ரீலங்கன் ஏர்லைன்ஸ் மூலம் சென்னை என்பது என்னுடைய ஐட்டினரியில்தெரிந்தது. ஸ்ரீலங்கன் ஏர்லைன்ஸ் கொழும்பு வழியாகச் செல்கிறது என்பதால் மறுபடியும் ஜானியிடம் கேட்டேன், "கொழும்பில் சில நாட்கள் தங்கிச் செல்ல முடியுமா?" என்று. ஜானி என்பது ஜானகிராமன் என்பதன் சுருக்கம். அவர்தான் என்னுடைய ஆஸ்தான டிராவல் ஏஜெண்ட்.

சில நிமிடங்களில் அவர் திரும்பக் கூப்பிட்டு, "முடியும். சிறிதளவு அதிகமாகும்" என்றார். எவ்வளவு

என்று கேட்டபோது 50 டாலர்கள்தான் என்றார். சிரித்துக் கொண்டே உடனே பயணத் திட்டத்தை மாற்றியமைத்ததில் சேர்ந்து கொண்டதுதான் இலங்கைப் பயணம்.

கடைசி நிமிட மாற்றம் என்பதால் முன்னரே நன்கு திட்டமிடவில்லை. அடுத்த தடவை போகும்போது யாழ்ப்பாணம் போய்க் கொள்ளலாம்; தற்சமயம் கொழும்பைச் சுற்றிப் பார்த்தால் போதும் என்று நினைத்துக் கொண்டேன். யாழ்ப்பாணம் போகவில்லை என்பதற்காக கோபித்துக் கொண்ட இலங்கை நண்பர்களும் உண்டு. அடுத்த முறை யாழ்ப்பாணத்திற்குக் கண்டிப்பாய்ச் சென்று யாழ்த் தமிழ்ச் சங்கத்து மக்களைச் சந்திப்பேன் என்று அவர்களுக்கு நான் உறுதி கூறுகிறேன்.

கொழும்பு வந்து சேர்ந்து விட்டதாக மறுபடியும் அறிவிப்பு வர, திடுக்கென்று எழுந்தேன். திடீரென்று ஒரு கணம் நான் எங்கே இருக்கிறேனென்று தெரிந்து கொள்ளச் சில நிமிடங்கள் ஆயிற்று. சுற்றுப் பயணம் செய்யும்போது இப்படித் தோன்றுவது உண்டு. இது எனக்கு மட்டும்தானா அல்லது எல்லோருக்கும் தோன்றுமா என்று யாராவது சொன்னால் நலமாயிருக்கும். இல்லையென்றால் ஒரு நல்ல மனநல மருத்துவரைப் பார்க்க வேண்டும்.

நான் இருப்பது நியூயார்க்கிலா, பெய்ஜிங்கிலா, சென்னையிலா அல்லது தேவதானப்பட்டியிலா என்று தெரியாமல் ஒரு கணம் விழித்தபோது, சிங்கள அறிவிப்பு முடிந்து மறுபடியும் தமிழ் அறிவிப்பு வந்ததிலிருந்துதான் தெரிந்தது, விமானம் கொழும்புக்கு வந்துவிட்டது என்று.

அமெரிக்க வாழ் குடிமக்களும் பச்சை அட்டைதாரர்களும் நியூயார்க்கில் உள்ள இலங்கையின் கான்சுலர் வலைத்தளத்தில் விசாவைப் பெற்றுக் கொள்ளலாம். இலங்கையிலுள்ள மதத் தலைவர்களையோ, பத்திரிக்கைக்காரர்களையோ சந்திக்க முயலக் கூடாது என்ற நிபந்தனையுடன்தான் விசாவைக் கொடுத்தார்கள். அதனை எடுத்துக் கையில் வைத்துக் கொண்டேன்.

தமிழில் அறிவிப்புகளைப் படித்துக் கொண்டே குடியுரிமை அலுவலரை வரிசையில் நின்று சந்தித்தேன். அவரின் சிங்கள முகம் கடுகடுவென்று இருந்தது.

“நியூயார்க்கில் வசிக்கும் விடுதலைப் புலிகள் இயக்கத்தைச் சேர்ந்தவர்கள் உன்னை இங்கு அனுப்பினார்களா?” என்று கேட்ட கேள்வியில் எனக்கு விதிர் விதிர்த்து விட்டது.

விடியற்காலையில் ஒரு விடியாமூஞ்சி

குடியுரிமைப் பகுதியில் அந்த அதிகாலையிலும் நாலு கவுண்ட்டர்கள் திறந்திருந்தன. அதில் மூன்றில் நடுத்தர வயதுப் பெண்கள் இனிமையான புன்னகையுடன் உட்கார்ந்திருந்தனர். ஒன்றில் கடுகடு மூஞ்சியோடு ஒரு ஆண் உட்கார்ந்திருந்தான். ஒரே வரிசையில் நின்று அவர்களில் ஒருவர் கூப்பிடும்போது செல்ல வேண்டும்.

அலாரம் அடிக்காமல் லேட்டாய் எழுந்து, காலையிலேயே மனைவியிடம் காபி கிடைக்காமல் சண்டை போட்டு, வெளியே வரும்போது கார் டயர் பஞ்சர் ஆகி இருப்பதைப் பார்த்து நொந்து, நடந்து பக்கத்தில் தெருவின் ஆரம்பத்தில் காபி குடிக்கப் போய் அந்தக் கடை பூட்டியிருப்பதைப் பார்த்துக் கடுகடுத்து, டாக்சி கிடைக்காமல் காலைப் பனியில் தும்மிக் கொண்டே நின்று, வந்த டாக்சியில் அரை மடங்கு அதிகமாகப் பணம் செலுத்தி, அலுவலகத்திற்குத் தாமதமாக வந்து, மேல் அதிகாரியிடம் அர்ச்சனை வாங்கிவிட்டு வந்தவனின் மூஞ்சி போலவே அவன் மூஞ்சி இருந்தது. அவனிடத்தில் நான் போகக்கூடாது என்று இறைவனிடம் வேண்டிக் கொண்டே சிறிது நடுக்கத்துடனே நின்று கொண்டிருந்தேன்.

கரெக்டாக அவன் என் முன்னால் இருந்தவரைக் கூப்பிட, 'அப்பாடா! நமக்கு மற்ற மூன்று பேரில் யாராவது கிடைப்பார்கள்' என நம்பிக்கையுடன் நின்றேன். என் முன்னால் இருந்தவருக்கும் அவனுக்கும்

சண்டை மூள, அங்கு அவசரமாக வந்த நன்கு உடையணிந்த ஒருவர் அந்தப் பயணியை அழைத்துக் கொண்டு ஒரு அறைக்குள் சென்றுவிட்டார். சடுதியாக, அடுத்து நின்ற என்னைக் கூப்பிட்டான். நான் எங்கோ பராக்குப் பார்ப்பது போல அவன் கண்களைப் பார்ப்பதைத் தவிர்க்க, அவன் கொஞ்சம் சத்தமாகவே என்னைக் கூப்பிட, "மி?" என்று சொல்லி, என்னுடைய அதிர்ஷ்டத்தை நொந்தபடியே அவனிடம் சென்றேன். இதோ தமிழ்ப்படுத்திய அந்த உரையாடல் உங்களுக்கு.

"உங்கள் பெயர்?"

"ஆல்ஃபிரட் தியாகராஜன்."

"உங்கள் கடைசிப் பெயர் (Last Name)?"

"தியாகராஜன்."

"அப்பாவின் பெயர்?"

"அதேதான்."

"அப்ப ராஜசேகரன் என்பது...?"

"அது என் நடுப்பெயர் (Middle Name)."

"இந்தியக் குடிமகனா?"

"ஆம்!"

"இந்தியாவில் எந்தப் பகுதி?"

"தமிழ்நாடு."

"ஓ! இப்போது எங்கிருந்து வருகிறீர்கள்?"

"நியூயார்க்கிலிருந்து. இல்லை... சீனாவிலிருந்து."

"சரியாகச் சொல்லுங்கள்!"

“நியூயார்க்கிலிருந்து கிளம்பி சீனா சென்று சில நாட்கள் தங்கியிருந்து விட்டு இப்போது இலங்கை வந்திருக்கிறேன்.”

“நியூயார்க்கில் என்ன செய்கிறீர்கள்?”

“அங்குதான் வசிக்கிறேன்.”

“இந்தியக் குடிமகன் என்று சொன்னீர்கள்?”

“ஆம்! ஆனால் நியூயார்க்கில் பர்மனெண்ட் ரெசிடென்ட் (PR).”

“ஓ! சீனாவுக்கு எதற்குச் சென்றீர்கள்?”

“சுற்றிப் பார்க்க.”

“இலங்கை வந்த காரணம்...?”

“சுற்றிப் பார்க்க.”

“ஓ! எங்கெல்லாம் போகப் போகிறீர்கள்?”

“கொழும்பும் அதன் சுற்றுப்புறமும் மட்டும்.”

“யாழ்ப்பாணம் போகப் போகிறீர்களா?”

“இல்லை.”

“நீங்கள் ஒரு பத்திரிக்கையாளரா?”

“இல்லை. ஆனால் பதிவர்.”

“பத்திரிக்கையாளர்கள் அல்லது மதத் தலைவர்களைச் சந்திப்பீர்களா?”

“இல்லை.”

“நியூயார்க்கில் இலங்கைத் தமிழரோடு தொடர்பு உண்டா?”

“உண்டு.”

“விடுதலைப்புலிகள் இயக்கத்தில் நியூயார்க்கில் உள்ள யாரேனும் தெரியுமா?”

“தெரியாது”.

“அங்குள்ள இலங்கைத் தமிழர்கள் இங்கு யாரையாவது சந்திக்கச் சொல்லியிருக்கிறார்களா?”

“இல்லை.”

“எங்கே தங்கப் போகிறீர்கள்?”

“சமன்கா கெஸ்ட் ஹவுஸ்?”

“அப்படி ஒன்றைக் கேள்விப்பட்டதில்லையே! அது எங்கே இருக்கிறது?”

“லவினியாவில்.”

“எத்தனை நாட்கள்?”

“நான்கு நாட்கள் மட்டும்.”

“இலங்கையிலிருந்து எங்கு செல்கிறீர்கள்?”

“சென்னைக்கு. அதன் பின் அங்கிருந்து நியூயார்க்குக்கு நேரடியாகச் செல்லவிருக்கிறேன்.”

“நினைவில் வைத்துக் கொள்ளுங்கள்! நீங்கள் எந்தவொரு மதத் தலைவரையோ பத்திரிக்கையாளரையோ சந்திக்க அனுமதியில்லை.”

ஒரு புன்னகை இல்லை; வாழ்த்தும் இல்லை. ஒருவித சந்தேகத்துடனேயே பாஸ்போர்ட்டில் குத்தி அனுப்பினான்.

வரிசையில் இருந்த எல்லோருமே என்னை ஒரு மாதிரியாகப் பார்க்க, நான் கம்பீரமாய்(?) நடந்து போனேன்.

போகும் வழியில் வரிசையாக டூட்டி ஃபிரீ கடைகள் இருந்தன. அந்தக் காலத்தில் இலங்கை செல்லும் மக்கள் இந்த மாதிரிப் பொருட்களை வாங்கி வருவதைப் பார்த்திருக்கிறேன். டி.வி., மியூசிக் சிஸ்டம் போன்ற எலக்டிரானிக் பொருட்கள் தவிர குக்கர், பாத்திரங்கள் மற்றும் சூட்கேஸ்கள், பேக் பைகளும் இருந்தன.

வெளியே போகுமுன் என்னுடைய டாலர்களை இலங்கைப் பணமாக மாற்றிக் கொள்ள எக்ஸ்சேஞ்சிடம் சென்றேன்.

ஐந்நூறு டாலர்களைக் கொடுத்தேன். பாஸ்போர்ட்டை ஒரு பிரதி எடுத்துவிட்டுக் கட்டுக் கட்டாக ஏராளமான பணத்தைக் கொடுத்தார்கள். அவ்வளவு பணத்தை மொத்தமாக நான் கையாண்டு வெகு நாளாகி விட்டது. 'என்ன இது! தவறுதலாகக் கொடுத்து விட்டார்களா' என்று திரும்பவும் கேட்டேன். "இல்லை; சரிதான். ஒரு டாலருக்கு 145 ரூபாய்கள்" என்று சொன்னதும் மிகுந்த ஆச்சரியமாகி விட்டது. அதனால்தான் 500 டாலருக்கு மொத்தம் 72,500 ரூபாய் கிடைத்தது. எண்ணக் கூட முடியாமல் அப்படியே நோட்டுக் கற்றைகளைப் பையில் போட்டுக் கொண்டு வெளியே வந்தேன்.

வெளியே வரும்போது காலை ஏழு மணியிருக்கும். நிறைய வாகனங்கள் பயணிகளை ஏற்றிச் சென்று கொண்டு இருந்தன.

எனது துபாய் நண்பர் சையது அபுதாஹிர், சீனாவில் ஒரு நண்பரை ஏற்பாடு பண்ணியது போலக் கொழும்பிலும் ஒருவரை ஏற்பாடு செய்திருந்தார். அவர்

பெயர் அம்ரி. ஏற்கெனவே வாட்ஸ் அப்பில் அறிமுகமாயிருந்தோம்.

ஒரு ஓரமாக நின்று, அம்ரியை எப்படிக் கண்டுபிடிப்பது என்று யோசித்துக் கொண்டிருந்தபோது ஒரு வித்தியாசமான கார் பக்கத்தில் நின்றது. அதிலிருந்து புன்னகையுடன் இறங்கிய அம்ரி, "ஹலோ சார்! வெல்கம் டு கொழும்போ" என்றான்.

"தேங்க் யூ ஃபார் கம்மிங்! தேங்க் யூ ஃபார் யுவர் ஹெல்ப்" என்றேன்.

"பரவாயில்லை சார்! எங்கள் ஊருக்கு வந்திருக்கிறீர்கள். இதைக் கூட செய்ய மாட்டோமோ" என்றான் தமிழில்.

"அட நீ தமிழா!" என்றேன் மகிழ்ச்சியுடன்.

பின்... இல்லை இல்லை, புண் குறிப்பு :

"ஏலே சேகரு! தலைப்பிலே விடியா மூஞ்சின்னு சொன்னது யாருன்னு எனக்கு தெரிஞ்சு போச்சு."

"அத எல்லாரும் கண்டுபிடிச்சிருப்பாங்களே இந்நேரம் மகேந்திரா?"

"அது நீதானே?"

"செத்தாண்டா சேகரு!"

போர்த்துக்கீசியரின் சதியில் சிக்கிய கொழும்பு

“அம்ரி என்ற பெயரைப் பார்த்ததும் தமிழ் இல்லை என்றுதான் நினைத்தேன்.”

“இல்லை சார்! நான் தமிழ்தான்” என்று சொன்னபடி அம்ரி என் பைகளை எடுத்துப் பின்னால் போட்டுவிட்டு, காரின் பின்னால் உள்ள கதவைத் திறக்க, “இல்லை அம்ரி! நான் முன்னாலேயே உட்கார்ந்து கொள்கிறேன்” என்றேன். மெலிதான ஆச்சரியத்துடனும் சிறு புன்னகையுடனும் அம்ரி காரில் ஏறிக் கொள்ள, நானும் முன்னால் அமர்ந்து கொண்டு சீட் பெல்ட்டைப் போட்டவுடன் கார் வேகமெடுத்தது. ஒரு சில மணித்துளியில் அந்தச் சிறிய ஏர்போர்ட்டிலிருந்து வெளியே வந்து அழகான சாலையில் விர்ரிட்டது. இருபுறமும் பச்சைப் பசேலென்று இருக்க, சாலை மிகவும் நேர்த்தியாக இருந்தது.

அம்ரி இளைஞன். திருமணமாகி இரு சிறு குழந்தைகள் இருக்கின்றன. கொழும்பில் பல தலைமுறைகள் வாழும் தமிழ் இஸ்லாமியர். ETA குழுமத்தின் சில வியாபாரங்களைக் கவனித்துக் கொள்ளும் அம்ரி, எனது நண்பனின் வேண்டுகோளுக்கிணங்க என்னை பிக்கப் செய்வதற்காக வந்திருந்தான்.

கொழும்பு நகரில் நுழைவதற்கு முன்னர் அதனைப் பற்றிச் சில விவரங்களைத் தெரிந்து கொள்வோம்.

இலங்கையின் தலைநகரமான கொழும்புதான் இலங்கையிலேயே பெரிய நகரம். சுமார் 6 மில்லியன் - அதாவது அறுபது லட்சம் - மக்கள் இங்கு வசிக்கிறார்கள். மைய நகரப் பகுதியில் மட்டும் சுமார் 8 லட்சம் பேர் குடியுள்ளார்கள். இலங்கையின் மேற்குக் கடற்கரைப் பகுதியில் இந்த ஊர் அமைந்துள்ளது.

இங்கு நல்ல பெரிய துறைமுகம் இருப்பதாலும் கிழமேற்குக் கடல் வழியின் முக்கிய இடத்தில் அமைந்திருப்பதாலும் 2000 ஆண்டுகளாகக் கடல் வாணிபர்களுக்கு நன்கு அறிமுகமான ஊர் இது.

கி.பி.1815-இல் ஆங்கிலேயரிடம் பிடிபட்ட நாள் முதல் கொழும்புதான் இலங்கையின் தலைநகராக இருக்கிறது. 1948-ஆம் ஆண்டு இதற்கு சுதந்திரம் கிடைத்தது. 1978-இல் **ஸ்ரீ ஜெயவர்த்தனபுரக் கோட்டே** என்ற ஊர் தலைநகரமாக மாற்றப்பட்டது. ஆனால் அந்த ஊரும் இப்போது இலங்கை மெட்ரோவுக்குள் அடங்கியிருப்பதால் இரண்டையும் யாரும் பிரித்துப் பார்ப்பதில்லை.

அது போலக் கல்கிசை (Laviniya), கொலன்னாவ, கடுவலை (Kaduwela), கொடிக்காவத்த (Kotikawatta), முல்லேரியாவ ஆகிய சிறிய பல முனிசிபல் கவுன்சில்களும் இதில் அடங்கியிருக்கின்றன.

நான் ஏற்கெனவே சொன்னபடி கொழும்பு ஒரு இயற்கையாக அமைந்த துறைமுகம் என்பதால் இது 2000 வருடங்களுக்கு மேலாகவே இந்தியர்கள், கிரேக்கர்கள், பெர்சியர்கள், ரோமர்கள், அரேபியர்கள், சீனர்கள் ஆகியோர் வர்த்தகத்திற்காக வந்து போகும் இடமாக இருந்திருக்கிறது.

யாத்திரீகர் இபின் பட்டுடா (Ibn Battuta) என்பவர் 14-ஆம் நூற்றாண்டில் இங்கு வந்திருந்ததை எழுதுகையில் இந்த நகரத்தைக் கலன்பு என்று குறிப்பிடுகிறார். அரேபியர்களின் தொழில், வர்த்தகம் என்பதால் அவர்கள் 8-ஆவது நூற்றாண்டிலேயே இங்கு வந்து தங்க ஆரம்பித்தனர். இவர்கள்தான் சிங்கள ராஜ்ஜியங்களுக்கும் அயல் நாடுகளுக்கும் வர்த்தகத் தொடர்பைப் பார்த்துக் கொண்டார்கள். **மூர் சமூகம்** என்று அழைக்கப்படும் இவர்களின் பரம்பரையினர் இன்றும் கொழும்பில் வசிக்கிறார்கள்.

நமது தெற்காசியப் பகுதிகளில் ஆங்கிலேயர் தவிர, போர்த்துக்கீசியர் மற்றும் டச்சுக்காரர்கள் அவர்களுக்கு முன்பே வந்து ஆக்கிரமிக்கத் தொடங்கினர் என்று நமக்கெல்லாம் தெரியும்.

அது போலவே போர்த்துக்கீசியர் கி.பி.1505-இல் இலங்கையை வந்தடைந்தனர். அந்தக் குழுவுக்குத் தலைவராய் வந்தவரின் பெயர் டாம் லொரென்கோ டி அல்மெய்டா (Dom Lourenco de Almeida) என்பது. அப்போது இந்தப் பகுதியான கோட்டேயை ஆண்ட மன்னர் எட்டாவது பராக்கிரமபாகு (1484-1528). அவரைச் சந்தித்து அங்கு விளையும் இலவங்கப் பட்டையை (Cinnamon) வெளிநாடுகளுக்கு ஏற்றுமதி செய்யும் ஒப்பந்தத்தைச் செய்து கொண்டு கடற்கரைப் பகுதியைத் தம் கைக்குள் கொண்டு வந்தனர். கடல் வழி வரும் எதிரிகளிடமிருந்து தங்களைப் பாதுகாக்க வேண்டும் என்ற நிபந்தனையுடன் மன்னர் பராக்கிரமபாகுவும் இதனை அனுமதித்தார். கொழும்பிலே சுங்கச்சாவடியை அமைத்த இவர்கள் வெகு விரைவிலேயே அங்கிருந்த இஸ்லாமிய மக்களை

வெளியேற்றி விட்டுத் தங்களுக்கென ஒரு கோட்டையைக் கட்டிக் கொண்டனர். இது நடந்தது கி.பி.1517-இல்.

கடல் பகுதியில் தங்கள் வாணிபம் சிறக்க வேண்டுமென்றால், இலங்கையின் முழுக் கடல் பகுதியும் தங்கள் கட்டுப்பாட்டில் வர வேண்டுமென நினைத்த போர்த்துக்கீசியர் மெதுவாகத் தங்கள் வேலையைக் காட்ட ஆரம்பித்தனர். கோட்டே ராஜ குடும்பத்தில் பதவிக்கு நிலவிய போட்டி பொறாமைகளைப் பயன்படுத்தி விரைவிலேயே கோட்டே நாட்டை இரண்டாகப் பிரித்து விட்டனர். கோட்டேவின் ஒரு பகுதியாக இருந்த சித்தவாகா என்பதனைத் தனியாகப் பிரித்து சிங்கள மன்னனான மாயாதுன்னே ஆள ஆரம்பித்தான்.

போர்த்துக்கீசியர்களின் பிரித்தாளும் சூழ்ச்சியை நன்கு அறிந்து கொண்ட அவன் அவர்களைத் தன் நாட்டை விட்டு வெளியேற்றிக் கொழும்புக்கு ஓட வைத்தான்.

அதோடு கோட்டே நாட்டின் பெரும் பகுதியைக் கொஞ்சம் கொஞ்சமாகத் தன் நாட்டுடன் இணைத்துக் கொண்டான். கொழும்பிலும் அவர்களை நிம்மதியாக வாழ விடாது அடிக்கடி அவர்கள் கோட்டையை முற்றுகை இட்டான். அவன் வழி வந்த மற்ற மன்னர்களும் இதையே செய்ததால், போர்த்துக்கீசியர் கோவாவிலிருந்து அதிகப் படையினரை வரவழைக்க வேண்டியிருந்தது. ஆனால் சித்தவாகா நாடு 1593-இல் விழுந்து போக, போர்த்துக்கீசியர் முழுவதுமாக ஆக்கிரமித்துக் கொழும்பைத் தங்கள் தலைநகராக

ஆக்கிக் கொண்டனர். இந்தப் பகுதிதான் **ஃபோர்ட்** (fort) என்று அழைக்கப்படுகிறது.

அந்த வழியாக நாங்கள் செல்லும்போது அதனைப் பற்றிச் சொன்ன அம்ரி அங்கிருந்த பெரிய மாளிகையைக் காண்பித்தான். அதுதான் இப்போது இலங்கையின் குடியரசுத் தலைவர் தங்கும் மாளிகை. அந்த இடமும் சுற்றுப்புறமும், திடீரென்று ஐரோப்பிய நகருக்கு வந்தது போல இருந்தது. முற்றிலுமாக மரங்கள் சூழ்ந்து மிக அழகாக இருந்தது. சாலைகளும் புத்தம் புதியதாக இருந்தன. ஆங்காங்கு ராணுவப் பாதுகாப்பும் இருந்தது. இங்குதான் அதிகபட்ச ஐந்து நட்சத்திர விடுதிகள் இருக்கின்றன என்ற அம்ரியிடம், “அம்ரி ஏற்கெனவே நான் ஹோட்டல் புக் செய்து விட்டேன். அது லவினியாவில் இருக்கிறது. அதன் பெயர் சமன்கா கெஸ்ட் ஹவுஸ்” என்றேன்.

“அப்படி ஒரு இடத்தை நான் கேள்விப்பட்டதில்லையே?” என்று அம்ரி சொல்ல, எனக்குத் தூக்கி வாரிப் போட்டது.

இலங்கை சுரண்டப்பட்ட 443 ஆண்டுகள்!

பேரைக் கேள்விப்பட்டதில்லை என அம்ரி சொன்னதும் திடுக்கிட்டுப் போன நான், என்னுடைய டிராவல் ஃபைலைத் தேடி எடுத்து முகவரியைச் சொன்னேன். "லவினியா தெரியும். சரி, அங்கு போய்க் கண்டுபிடிக்கலாம்" என்று அவன் சொன்னவுடன்தான் எனக்கு உயிர் வந்தது.

கார் லவினியாவுக்கு விரைந்து செல்ல, கொழும்பின் மீதி வரலாற்றைப் பார்ப்போம்.

போர்த்துக்கீசியர் கொழும்புப் பகுதி, கோட்டே மற்றும் கடற்கரைப் பகுதிகள் அனைத்தையும் தங்கள் ஆளுகைக்குள் கொண்டு வந்தனர். அவர்கள் கி.பி.1505 முதல் கி.பி.1656 வரை 150 வருடங்களுக்கு மேல் கொழும்பைத் தங்கள் கட்டுப்பாட்டில் வைத்திருந்தனர்.

ஆனால் மலைப்பிரதேசமான கண்டி ராஜ்ஜியம் தனியாகவே இருந்தது. போர்த்துக்கீசியர் அதனைப் பிடிக்க முயன்று கைவிட்ட நிலையில், கி.பி.1638-இல் டச்சுக்காரர் உள்ளே நுழைந்தனர்.

போர்த்துக்கீசியர் கொழும்பில் ஆதிக்கம் செலுத்தியதால் அவர்கள் கண்டி சென்று அதனை ஆண்ட அரசர் இரண்டாவது ராஜசிங்கேவுடன் ஒரு ஒப்பந்தம் செய்து கொண்டனர். அதன்படி போர்த்துக்கீசியருக்கு எதிரான போரில் டச்சுக்காரர்கள் உதவ வேண்டும். அதற்குப் பிரதிபலனாகத் தீவுகளுடைய வர்த்தகப் பொருட்களின்

ஏகபோக உரிமை டச்சுக்காரர்களுக்குக் கொடுக்கப்பட்டது. டச்சுக்காரர்களோடு இணைந்த கண்டிப் படை போர்த்துக்கீசியரைத் தொடர்ந்து தாக்கத் துவங்கியது. முதலில் போர்த்துக்கீசியர் அவர்களைக் கடுமையாக எதிர்த்துப் போராடினாலும் 1639 முதல் அவர்கள் கொஞ்சம் கொஞ்சமாகத் தங்கள் பகுதிகளை இழக்கத் தொடங்கினார்கள்.

ஆனால் நீண்ட நெடிய முற்றுகைக்குப் பின் கி.பி.1656-இல்தான் டச்சுக்காரர்கள் கொழும்பின் கோட்டையைப் பிடிக்க முடிந்தது. அதன் உள்ளே கடைசியாக உயிர் பிழைத்திருந்த வெறும் 93 போர்த்துக்கீசியர்கள் கோட்டையை விட்டு பத்திரமாக வெளியேற அனுமதிக்கப்பட்டனர்.

கைப்பற்றப்பட்ட பகுதிகளை டச்சுக்காரர்கள் முதலில் சிங்கள அரசர்களுக்குக் கொடுப்பது போல பாவனை செய்தாலும், இலங்கைத் தீவின் இலவங்கம் விளையும் நிலத்தைத் தங்கள் கட்டுப்பாட்டில் அவர்கள் வைத்துக் கொண்டதோடு கொழும்பைத் தங்கள் தலைநகரமாக மாற்றிக் கொண்டார்கள். இதுவே டச்சுக்காரர்கள் ஆக்கிரமித்த எல்லா இடங்களுக்கும் உரிமை பெற்ற டச்சுக் கிழக்கிந்தியக் கம்பெனியின் தலைமையிடமாகவும் விளங்கியது.

இந்தக் கிழக்கிந்தியக் கம்பெனி என்று கேட்டாலே எரிச்சல்தான் வருகிறது. வணிகம் செய்ய வந்து நம்முடைய ஒற்றுமையின்மையைப் பயன்படுத்தி, தங்கள் பிரித்தாளும் சூழ்ச்சியால் எத்தனை நாடுகளைப் பிடித்துக் கொண்டனர்! ஆங்கிலேயரும் டச்சுக்காரர்களும் தங்கள் நிறுவனத்துக்கு ஒரே பெயரை வைத்துக் கொண்டது தற்செயல் நிகழ்வாக

இருந்தாலும் அவர்கள் நாட்டை ஆக்கிரமித்துக் கொண்டது தற்செயல் நிகழ்வல்ல.

இந்தியா சுதந்திரம் வாங்கி 73-ஆவது குடியரசு நாளை இப்போது கொண்டாடினாலும் இந்த ஒற்றுமை உணர்வுதான் இன்னும் நமக்கு வரவில்லை. குறிப்பாக, தமிழகத்தில். அப்படியே தப்பித் தவறி ஒற்றுமையாக 'ஜல்லிக்கட்டுப் புரட்சி' போன்று ஒரு எழுச்சி நடந்தாலும் அதனை அடக்குமுறை கொண்டு லத்தியால் அடித்தே காலி பண்ணி விடுகிறார்கள். அதற்கு மேல் பொய் வழக்குகள் வேறு.

கி.பி.1638-இல் உள்ளே நுழைந்த டச்சுக்காரர்கள் இலங்கையைப் பிய்த்துப் பிய்த்து ஆக்கிரமித்து, 1796 வரை ஏகபோக உரிமையுடன் 168 ஆண்டுகள் சுரண்டினார்கள். வல்லவனுக்கு வல்லவன் வையகத்துள் உண்டு என்ற கூற்றுப்படி, கி.பி.1796-இல் டச்சுக்காரரை ஆங்கிலேயர் தோற்கடித்து கொழும்பைக் கைப்பற்றிக் கொண்டனர். ஆங்கிலேய அரசின் ராணுவத் தலைமையிடமாக அது மாறியது.

வெகுண்டெழுந்த கண்டி ராஜ்ஜியம் ஆங்கிலேயரை எதிர்த்துப் போராடி, நவீன ஆயுதங்கள் முன் ஒன்றும் செல்லுபடியாகாமல் கி.பி.1815-இல் தன் தோல்வியை ஒப்புக் கொண்டு ஆங்கிலேயருக்கு வழி விட்டது. கண்டி - கொழும்பு இரண்டையும் இணைத்துக் கொழும்பைத் தலைநகரமாகக் கொண்டு அமைந்தது பிரிட்டிஷ் காலனி ஆதிக்கம். இங்கே இப்போதிருக்கிற பெரும்பாலான பழைய கட்டடங்கள் ஆங்கிலேயர் கட்டியவை. 1948-இல் இலங்கைக்கு சுதந்திரம் கொடுக்கும் வரை சுமார் 150 ஆண்டுகள் ஆங்கிலேய ஆதிக்கம் நீடித்தது. போர்த்துக்கீசியர், டச்சுக்காரர்,

அதன் பின் ஆங்கிலேயர் என்று ஐரோப்பியர்களின் ஆதிக்கம் இலங்கைத் தீவில் கிட்டத்தட்ட 443 ஆண்டுகள் இருந்தது என்று நினைக்கும்போது அது எவ்வளவு பெரிய அவலம் என்று ஆச்சரியமாக இருந்தது.

சுதந்திரத்திற்குப் பின் இலங்கையில் தன்னாட்சி வந்தவுடன் கலாச்சாரப் புரட்சி ஏற்பட்டு நாடு மடமடவென்று திருத்தியமைக்கப்பட்டது. சட்டம், பாரம்பரியம், வழக்கம், உடை, மதம், பெயர்கள் என்று முற்றிலும் மாறிப் போன ஒரு சமுதாயம் மெதுவாகத் தன்னிலைக்குத் திரும்பினாலும் அந்த மூன்று அந்நிய சக்திகளின் தாக்கம் இன்னும் இருக்கத்தான் செய்கிறது.

இப்போது கொழும்பில் பல தரப்பட்ட மக்கள் வாழ்ந்து வருகிறார்கள். மக்கள் சதவீதம் என்று பார்த்தால் சிங்களர் 42 சதவீதமும், இலங்கைப் பூர்விகத் தமிழர் 29 சதவீதமும், மூர் சமுதாயம் 24 சதவீதமும் இருக்கின்றனர். அது தவிர இந்தியத் தமிழர், மலாய், இலங்கைச் செட்டி, பரதர்கள் ஆகியோரும் இங்கு வசிக்கின்றனர்.

குறுகிய மலைப்பாதையில் மேடு பள்ளங்களைத் தாண்டிப் பயணித்தது அம்ரியின் வாகனம். மிகவும் குறுகிய தெருக்களைத் தாண்டி அடிக்கடி நிறுத்தி, கேட்டுக் கேட்டு அந்த முகவரியைக் கண்டுபிடிக்க மிகவும் சிரமப்பட்டோம்.

அதில் உள்ள போன் நம்பரை எடுத்து அம்ரியின் செல்போனில் கூப்பிட்டுப் பார்த்தாலும் யாரும் எடுக்கவில்லை. யாரிடம் கேட்டாலும் சமன்கா கெஸ்ட் ஹவுஸ் கேள்விப்பட்டதில்லை என்றே சொன்னார்கள்.

ஒரு வழியாக 7 மணியிலிருந்து 10 மணி வரை தேடி அந்த முகவரிக்கு வந்து சேர்ந்தோம்.

ஆனால் அந்த முகவரியில் எந்த கெஸ்ட் ஹவுசும் இல்லை. ஒரு வீடுதான் இருந்தது. வீட்டில் ஆட்கள் நடமாட்டமும் ஒன்றுமில்லை. காலிங் பெல் இருந்தாலும் அதுவும் வேலை செய்யவில்லை. பலமுறை உரத்துக் கூப்பிட்ட பின் ஒரு வயதான அம்மா வெளியே வந்தார்கள். "யார் வேணும்?" என்று கேட்டதற்கு, "சமன்கா கெஸ்ட் ஹவுஸ் இதுதானே?" என்றேன்.

"நீங்கள் சொல்வது எனக்கு விளங்கவில்லை" என்றாள் மூதாட்டி.

கெஸ்ட் ஹவுஸ், வொர்ஸ்ட் ஹவுஸ், கோஸ்ட் ஹவுஸ்!

அந்த அம்மாவின் பதிலைக் கேட்ட எனக்கு, இரவு விமானப் பயணத்தின் ஜெட் லேக் என்று சொல்லப்படும் மலைப்பு, இரவு முழுவதும் சரியாகத் தூங்காததால் ஏற்பட்ட களைப்பு இரண்டும் பல மடங்கு பெருகித் தலை கிர்ரென்று சுற்றத் துவங்கியது.

அதற்குள், உள்ளேயிருந்து வெளிப்பட்ட நடுத்தர வயது ஆண் ஒருவர், "என்ன வேண்டும்?" என்று கேட்டுக் கொண்டே வெளியே வந்தார். அவரிடம், "தவறுதலாக வந்து விட்டோம். ஒரு ஹோட்டலைத் தேடிக் கொண்டிருக்கிறோம்" என்றோம். முகவரியை வாங்கிப் பார்த்த அவர் சிறிது கலவரத்துடன், "இதுதான் நீங்கள் தேடும் சமன்கா கெஸ்ட் ஹவுஸ்" என்றார். அது ஒரு வீடு மாதிரி இருந்தது. அதன் பின்னர், "எக்ஸ்பீடியா மூலம் நான்கு நாட்களுக்கு புக் பண்ணியிருக்கிறேன்" என்றேன். "அப்படி ஒண்ணும் தகவல் இல்லையே" என்று அவர் சொன்னவுடன் நான் மேலும் கலவரமானேன்.

புக்கிங் கன்ஃபர்மேஷனை எடுத்துக் காண்பித்தவுடன் ஆச்சரியப்பட்டார். "ரூம் இருக்கிறது. ஆனால் அதனை ரெடி பண்ண கொஞ்சம் நேரம் ஆகும்" என்றார். அம்ரி சொன்னான், "உள்ளே பார்த்து விட்டு அதன் பிறகு முடிவு செய்யலாம்" என்று. அவரிடம் அதை நான் சொல்ல வாயெடுக்க, அம்ரி குறுக்கிட்டு

சிங்களத்தில் அவருக்கு அதை விளக்கினான். அவர் "ஓ.கே" என்று சொல்லிக் கதவை விரியத் திறந்தார்.

நானும் அம்ரியும் காலணிகளைக் கழற்றிவிட்டு, உள்ளே நுழைந்தோம். அது ஒரு சிறிய லிவ்விங் ரூம். டி.வி-யில் ஏதோ சிங்கள சானல், பார்ப்பதற்கு யாருமில்லாமல் ஓடிக் கொண்டிருந்தது. ஒரு சிறு பையன் அம்மணமாய் ஓடி வந்து சமையல் செய்து கொண்டிருந்த அம்மாவை எதற்கோ அழைத்தான். அம்மாவின் இடுப்பில் ஒரு பெண் குழந்தை தூங்கிக் கொண்டிருந்தது. லிவ்விங் ரூம் தரை முழுதும் ஏராளமான பொருட்கள் இறைந்து கிடந்தன. பொம்மைகள், கைத்துண்டுகள், துணிமணிகள், உணவுப் பண்டங்கள், எலும்புகள் ஆகியவை தரையில் காலை வைக்க இடமில்லாமல் கிடந்தன. அந்த அறையின் ஓரமாய் இருந்த ஒரு வட்ட வடிவ டைனிங் டேபிளில் மூடி வைத்திருந்த மாமிசப் பண்டத்தை, மூடியைத் தள்ளி விட்டுவிட்டு ஒரு பூனை கவ்விச் சாப்பிட்டுக் கொண்டிருந்தது. எதற்கு ஷூவைக் கழற்றச் சொன்னார், தரை அழுக்காகி விடுமென்றா, இல்லை ஷூ அழுக்காகி விடுமென்றா என்று யோசித்துக் கொண்டு நின்றேன்.

"சரி, கெஸ்ட் ஹவுஸ் எங்கப்பா?" என்று கேட்க வாய் திறக்கும்போது, "மேலே வாருங்கள்" என அந்த வெற்றுடம்புக்காரர் அழைக்க, அப்படியே மேலேறிச் சென்றால் அங்கே இரண்டு பெட் ரூம்கள் இருந்தன. ஒன்றைக் கடந்து செல்லும்போது அது உள்ளே களேபரமாய்த் தெரிந்தது. அதனைத் தாண்டியதும் வந்த இன்னொரு பெட் ரூமைத் துருப்பிடித்த சாவியை வைத்துக் கரகரவென்று திறந்து விட்டுவிட்டு "இதுதான்

உங்கள் ரூம்" என்றார். எவ்வளவு தூசியடைய முடியுமோ அவ்வளவு தூசி இருந்தது. "உள்ளே போய்ப் பாருங்கள்" என்றார். அந்தத் தற்கொலை முயற்சியில் நான் ஈடுபட விரும்பவில்லை என்பதால், "பரவாயில்லை. இருக்கட்டும்" என்றேன்.

"உள்ளேயே பாத்ரூம் இருக்கிறது" (ஐயையோ! கொழும்பில் மூச்சுத் திணறி இறக்க நான் விரும்பவில்லை).

"சுடு தண்ணீர் தேவையென்றால் எங்கள் பாத்ரூமிலிருந்து எடுத்துக் கொள்ளலாம்" (இதில சுடுநீர் வேற வராதா?).

"வேண்டுமென்றால் காலை உணவு உங்களுக்கு இங்கேயே தருவோம்" (எது? பூனை சாப்பிட்ட மிச்சமா?).

"ஒரு அரை மணி நேரம் கொடுத்தால் இதனை சுத்தம் செய்து விடுவேன்" (இதையா? அரை மாதம் கொடுத்தால் கூட சுத்தம் செய்யக் கண்டிப்பாய் முடியாது).

"எத்தனை நாள் இருக்கப் போகிறீர்கள்?"

நான் அம்ரியைப் பார்க்க, அம்ரி திருதிருவென்று விழித்தது 'வேண்டாம்' என்பது போல இருந்தது.

அதற்குள் அவர் மனைவி கீழேயிருந்து கத்த, இவர் இங்கிருந்து கத்தி விட்டு, எங்களிடம் மன்னிப்பு கேட்டு, "பிள்ளைகள் ஸ்கூலுக்குப் போக வேண்டும்" என்றார்.

"சரி! அம்ரியின் வீட்டுக்குப் போய்விட்டு இங்கு வருகிறோம். எதற்கும் உங்கள் அலைபேசி எண்ணைக் கொடுங்கள்" என்று சொல்லிவிட்டு வெளியே வந்தோம்.

கேட்டைத் திறந்து விட்ட கிழவியின் முகம் கடுகடுவென்று இருந்தது. ஒருவேளை அந்தம்மா படுக்கும் அறைதான் அதுவோ! குசினியில் (சமையலறை) இருந்த அவர் மனைவி எங்களைக் கண்டு கொள்ளவே இல்லை. இடுப்பில் இருந்த பெண் எழுந்து இப்போது கர்ணகடூரமாய் அழுது கொண்டிருந்தது. அந்த வீட்டுக்காரரர் கையில் மகனின் யூனிஃபார்முடன் சுற்றிச் சுற்றி வர, அந்தப் பையன் அம்மணத்துடன் அங்குமிங்கும் ஓடி அவருக்குத் தண்ணி காட்டிக் கொண்டிருந்தான்.

ஷூவைப் போட்டுக் கொண்டு வெளியே வந்தோம். உள்ளே போட்டுக் கொண்டு போன சாக்ஸ் நனைந்து அழுக்காகி மறுபடியும் பயன்படுத்த முடியாத நிலையில் இருந்ததால், இரண்டையும் கழற்றி விட்டெறிந்து விட்டு வெறும் காலில் ஷூவை மாட்டிக் கொண்டு வெளியே வந்தோம்.

அம்ரி கேட்டான், “சார் இதுவா கெஸ்ட் ஹவுஸ்?”

“இல்லை அம்ரி! இது வொர்ஸ்ட் ஹவுஸ்.”

“என்ன சார் இது, நியூயார்க்கிலிருந்து வருகிறீர்கள்... ஒரு நல்ல இடம் புக் செய்ய வேண்டாமா? என்னிடமாவது சொல்லியிருக்கலாமே?”

எக்ஸ்பீடியாவுக்கு அங்கிருந்து போன் செய்தேன். சிக்னல் கிடைக்காது பலமுறை முயற்சி செய்து பேசியவுடன், ஒரு மாதம் முன்னால் புக் செய்ததால் இப்போது கேன்சல் செய்ய முடியாது என்றார்கள்.

என்ன செய்வது? நான் எப்போது சிக்கனமாக இருக்க முயன்றாலும் செலவு இரு மடங்காகி விடுகிறது. என் ராசி அப்படி.

அம்ரி சொன்னான், “கவலைப்படாதீங்க! விட்டுத் தள்ளுங்க! உங்களை நல்ல இடத்தில் சேர்க்கிறேன்” என்று சொல்லிவிட்டு ஒரு அரை மணி நேர தூரத்தில் போல்கோடா என்ற இடத்திற்கு அழைத்துச் சென்றான்.

மெயின் ரோட்டிலிருந்த ஒரு பெரிய பள்ளத்தில் வண்டியை விட்டான். அந்தப் பாதை கரடுமுரடாக வெறும் சல்லிக் கற்களால் போட்ட ரோடு போல இருந்தது. கார் குலுங்கக் குலுங்க ஒரு பெரிய சல்லடையில் உட்கார்த்தி என்னை யாரோ ஜலிப்பது போல இருந்தது.

“ அ அ அ ம்ம்மி ரி எ எ எ ங்ங்கே க்கே போபோகிகிறாறாய்?” என்றேன். உள்ளங்காலிலிருந்து உச்சந்தலை வரை குலுங்கிய குலுங்கலில் என் வயிறு நெஞ்சுக்கு வந்து எனக்கு உடனடியாக பாத்ரூம் போக வேண்டும் போல இருந்தது.

உடனே அம்ரி நிறுத்திய இடத்தில் எனக்கு இடதுபுறத்தில் ஒரு பாழடைந்த பேய் பங்களா ஒன்று இருந்தது.

“அம்ரி நோ...” என்று கத்தினேன்.

விகார மகாதேவி ஆகிப் போன விக்டோரியா மகாராணி!

"அம்ரி! என்னப்பா, கெஸ்ட் ஹவுஸ்னு போட்டிருந்த வொர்ஸ்ட் ஹவுசிலிருந்து இப்ப கோஸ்ட் ஹவுசுக்குக் கூட்டிட்டு வந்துட்ட?!" என்றேன்.

"சார்! கொஞ்சம் பொறுமையா இரிங்க" என்று சொல்லிவிட்டு அந்த வீட்டையும் கடந்து இடது புறம் திரும்பினான். ஆஹா! நந்தவனம் எதிரில் தெரிந்தது! அந்த நந்தவனத்தின் ஒரு பகுதியில் அமைந்திருந்தது ஒரு அழகிய தங்கும் விடுதி. **போல்கோடா பார்க்** என்பது அதன் பெயர். நடுவில் இருந்த சிறிய குடில்தான் வரவேற்பறை. அம்ரி அங்கே போய்ப் பேசிவிட்டு என்னை அழைத்துச் சென்றான். முன்பணத்தைக் கட்டிவிட்டு வர, வெளியே இடதுபுற மூலையில் எனக்கு ஒரு அறை ஒதுக்கப்பட்டது. நல்ல அகலமான இரண்டு படுக்கைகள் உள்ள அறை, பாத்ரூம் என சகல வசதிகளோடு இருந்தது.

"சார், நீங்க ரெடியாகி இருங்க! நான் வீட்டுக்குப் போய்விட்டு வந்து விடுகிறேன். இங்கே பக்கத்தில்தான் என் வீடு" என்றான். 'பரவாயில்லை, அவனும் வந்து போவதற்கு வசதிதான்' என்று எண்ணிவிட்டு உள்ளே போனேன். அரை மணி நேரத்தில் குளித்து ரெடியாகி, ரூம் சர்வீசை அழைத்து சாண்ட்விச் ஆர்டர் பண்ணிச் சாப்பிட்டு விட்டு வெளியே வந்தேன். இட்லி தோசை அங்கு கிடைக்கவில்லை என்பது கொஞ்சம் மன வருத்தம்தான். நிர்மலமான நீல வானம் பளிச்சிட அது

ஒரு அருமையான நாள். அறையின் பின்புறம் அழகிய நீச்சல் குளம் இருந்தது. முன்புறம் அழகிய பூந்தோட்டம். அதன் அருகில் பெரிய திறந்தவெளி அரங்கம், மாலை நடக்கவிருக்கும் திருமண வரவேற்பு விழாவுக்காக ஆயத்தமாகிக் கொண்டிருந்தது.

அதன் பின் ஒரு அழகிய ஏரி இருந்தது. இயற்கை அழகு சூழ்ந்த அந்த இடத்தைத் தேர்வு செய்த அம்ரிக்கு நன்றி சொல்லி விட்டுக் காத்திருந்தேன். சிறிது நேரத்தில் அம்ரி வந்து சேர்ந்தான். அவனிடம் “இன்றைக்கு எங்கே போகலாம்?” என்றபோது மணி 11 ஆகிவிட்டது. “கொழும்பு நகரின் சில பகுதிகளைப் பார்க்கலாம்” என்றான்.

“முதலில் சிறிது தூரத்தில் இருக்கும் பார்லிமெண்ட் பில்டிங்கைப் பார்க்கலாம்” என்று அழைத்துச் சென்றான்.

நகருக்கு வெளியே இருந்த கட்டடத்திற்குச் செல்லச் சிறிது நேரமானது. **ஜெயவர்த்தனபுரக் கோட்டே** என்ற இடத்தில் இது அமைந்திருக்கிறது. இதுவே தலைநகரம் என்றாலும் முன்பே சொன்னது போல், கொழும்பின் அருகிலேயே இது இருப்பதால் இதனை யாரும் தனி நகராகப் பார்ப்பதில்லை.

இந்த இடம் கொழும்பிலிருந்து சுமார் 15 கி.மீ தொலைவில் இருக்கும் தியாவன்னா ஓயா (Diyawanna Oya) என்ற ஏரியில் உள்ள தீவில் அமைந்துள்ளது. இங்குதான் மூன்றாவது விக்கிரமபாகு என்ற மன்னனின் மந்திரியான நிசாகா அளகேஸ்வராவின் அரண்மனை இருந்ததாம்.

பாதுகாப்பான இடம் என்பதால் இதனைத் தேர்ந்தெடுத்து இலங்கையைச் சேர்ந்த தேஷமான்ய ஜாஃப்ரி பாவா (Geoffry Bawa) என்ற ஆர்க்கிடெக்ட் வடிவமைக்க, ஜப்பானிய கம்பெனியான மிட்சுய் (Mitsui) குரூப்பால் இது கட்டி முடிக்கப்பட்டது. அவர்கள் திட்டமிட்டபடி 26 மாதத்திற்குள் கட்டினார்களாம். கட்டி முடிக்கப்பட்டபோது இதன் மொத்த மதிப்பீடு 25.4 மில்லியன் அமெரிக்க டாலர்கள்.

1979-இல் பிரதம மந்திரியாக இருந்த ரத்தினசிங்கே பிரேமதாசா முடிவெடுத்து, ஏப்ரல் 1982-இல் அதிபர் ஜெ. ஆர். ஜெயவர்த்தனேவால் இது திறந்து வைக்கப்பட்டது.

பழமையும் புதுமையும் சேர்த்துக் கட்டப்பட்ட இந்தக் கட்டடம் தூரத்திலிருந்து பார்த்தாலும் மிக அழகாக இருந்தது. ஏரிக்குள் இருக்கும் இந்தத் தீவின் உள்ளே 12 ஏக்கர் பரப்பளவில் இது கட்டப்பட்டு மதிய வெயிலில் ஜொலித்துக் கொண்டிருந்தது.

என்ன... பிரேமதாசா, ஜெயவர்த்தனே என்ற பெயர்கள்தான் கோபத்தைக் கிளறின. அந்தக் காலத்தில் நான் அமெரிக்கன் கல்லூரியில் படித்தபோது ஜெயவர்த்தனேவுக்கு எதிராக ஊர்வலம் போனது ஞாபகத்தில் வந்தது.

சிங்களப் பெயர்களுக்கும் தமிழ்ப் பெயர்களுக்கும் வித்தியாசம் கண்டுபிடிப்பது சுலபமாய் இருந்தது. முற்றுப் பெற்று ஒலித்தால் தமிழ்ப்பெயர், முற்றுப் பெறாமல் தொக்கி நின்று விளித்தால் அது சிங்களப் பெயர். உதாரணத்திற்கு ரத்தின சிங்கம் என்றால் அது தமிழ்ப் பெயர், ரத்தின சிங்கே என்றால் அது சிங்களப் பெயர், எப்பூடி!

கட்டடத்தின் அழகை நான் கண்களால் பருகிக் கொண்டே நிற்க, "இரவில் விளக்குகளுடன் பார்க்கும்போது அதன் பிம்பம் நீரில் விழுந்து மிக அழகாக இருக்கும்" என்றான் அம்ரி.

"அடுத்து எங்கே?" என்று கேட்டதற்கு, "விகார மகாதேவி பார்க்" என்றான் அம்ரி.

அது சரி, "விக்டோரியா பார்க் எங்கு இருக்கிறது?" என்றேன்.

"விக்டோரியா பார்க்தான் விகார மகாதேவி பார்க் என்று பெயர் மாற்றப்பட்டிருக்கிறது" என்றான் அம்ரி.

"பார்க்கெல்லாம் அப்புறம் பார்க்கலாம். ஏதாவது முக்கிய இடங்களுக்குப் போகலாம்."

"சரி சார்! ஆனால் இதனைச் சுற்றிச் சில முக்கிய இடங்கள் இருக்கின்றன. அதையெல்லாம் பார்த்துவிடலாம்."

அம்ரி சொன்னபடி ஒரு விசாலமான பூங்காவிற்கு வந்து சேர்ந்தோம். இந்தப் பூங்காவை அமைத்து அதனைக்

கொழும்புக்குக் கொடுத்தவர் பெயர் சார்லஸ் ஹென்றி டிசோசா. இது நடந்தது பிரிட்டிஷ் ஆட்சியின்போது. இரண்டாவது உலகப் போர் நடந்து கொண்டிருந்தபோது ஆஸ்திரேலியாவின் 17-ஆவது படைப்பிரிவு இங்கு வந்து முகாமிட்டிருந்ததாம். உலகப்போர் முடிவுக்கு வந்த பின் இது புனரமைக்கப்பட்டு 1951-இல் பொதுமக்களுக்கெனத் திறக்கப்பட்டது. பிரிட்டிஷ் காலத்தில் விக்டோரியா மகாராணியின் பேரில் அழைக்கப்பட்ட இதற்கு சுதந்திரத்திற்குப் பின் இலங்கை மன்னன் துட்டகமனுவின் மனைவியான ராணி விகார மகாதேவியின் பெயர் சூட்டப்பட்டது.

கொழும்பு பகுதியில் இதுதான் பழமையான, பெரிய ஒரே பார்க். 1927 முதல் 1995 வரை இங்குதான் கிரிக்கெட் விளையாடுவார்களாம். இங்கிலாந்து மற்றும் ஆஸ்திரேலியா டீம்கள் இங்கு வந்து விளையாடி இருக்கின்றன.

உள்ளே ஒரு மிகப் பெரிய புத்தர் சிலை, சிறிய உயிரியல் பூங்கா, ஒரு சிறுவர் பூங்கா தவிர நிறைய நீர் ஊற்றுகள் அமைந்துள்ளன. இந்தப் பூங்காவின் ஒருபுறம் நேஷனல் மியூசியமும், மறுபுறம் டவுன் ஹால் கட்டடமும் இருக்கின்றன. ஒருபுறம் நின்று பார்க்கும்போது வாஷிங்டன் டி.சி-யின் மினியேச்சர் போலத் தெரிந்த டவுன் ஹாலை நோக்கிச் சென்றோம்.

அழகி ஒருத்தி இளநி விக்கிற கொழும்பு வீதியிலே...

கொழும்பு டவுன் ஹால் மிக அழகிய கட்டடம்! வாஷிங்டன் டி.சி-யில் உள்ள கேப்பிடல் பில்டிங் போல தூரத்திலிருந்து தெரிந்தது. ஆனால் கிட்ட போய்ப் பார்த்ததில் அவ்வளவு பிரமாண்டம் இல்லாவிட்டாலும், மிக அழகிய வடிவத்தில் சிறிதாக இருந்தது.

நம்மூர் சென்னையின் ரிப்பன் பில்டிங் போன்று, இங்குதான் கொழும்பின் மேயர் அலுவலகம் இருக்கிறது. கொழும்பின் முனிசிபல் கவுன்சிலும் இங்குதான் கூடுகிறது. விகார மகாதேவி பார்க்கின் முன்புறம் இது அமைந்திருக்கிறது. ஐரோப்பிய பாணிக் கட்டடக்கலைக்குக் கட்டியம் கூறும் கட்டடம் இது. இந்த பில்டிங் வந்த கதை மிகவும் சுவாரசியமானது.

1921-இல் ஸ்காட்லாந்தின் பிரசித்தி பெற்ற நிபுணர், பேராசிரியர் பேட்ரிக் கெட்டஸ் (Professor Patric Geddes) கொழும்பில் கவுன்சில் பில்டிங், மேயர் அலுவலகம், பொது ரிசப்ஷன் ஹால், பொது நூலகம் ஆகியவை கட்டப்பட வேண்டும் என்று பரிந்துரைத்தார்.

அதன் பின் 1922-இல் கொழும்பின் முனிசிபல் கவுன்சில் தங்கள் பில்டிங்கைக் கட்டுவதற்கு வரைபடங்கள் தேவை என்பதை ஒரு போட்டி போன்று அமைத்து உலகமெங்கும் தெரிவித்தனர். அதன் மூலம் மொத்தத்தில் 32 டிசைன்கள் வெவ்வேறு கட்டடக்கலை நிபுணர்களால் உலகெங்குமிருந்து

சமர்ப்பிக்கப்பட்டன. அவற்றுள் ரால்ஃப் பூட்டி என்ற கம்பெனியிலிருந்து ஆர்க்கிடெக்ட் S.J.எட்வர்ட்ஸ் அவர்கள் தயாரித்த வரைபடம் தேர்ந்தெடுக்கப்பட்டது.

1924, மே மாதம் அப்போதிருந்த மேயர் தாமஸ் ரெய்ட் இதற்கு அடிக்கல் நாட்டினார். A.A.காம்மன் என்ற கம்பெனி இதனைக் கட்டுவதற்குப் பொறுப்பெடுத்து 1928, ஆகஸ்டில் - அதாவது நான்கு வருடங்களில் – இது கட்டி முடிக்கப்பட்டது. அப்போதிருந்த கவர்னர் சர்.ஹெர்பர்ட் ஸ்டான்லி இதனைத் திறந்து வைத்தார்.

இதற்கிடையே, கொழும்பிற்காக ஒரு பொது நூலகம் அமைக்க, 1925-இல் Dr.W.ஆர்தர் சில்வா என்பவர் தன் பெரிய கட்டடத்தை அளித்தார். அந்தக் கட்டடத்தின் பெயர் **ஸ்ரீநிவாசா** என்பது. அதுதான் இப்பொழுது மேயருக்கான அரசாங்க வீடாக இருக்கிறதாம்.

டவுன் ஹாலின் முழுக் கட்டடத்திலும் மேலிருந்த டூம்தான் என்னை மிகவும் கவர்ந்தது. சுற்றிலும் இருந்த கொரிந்தியன் தூண்கள் மிகவும் அழகாக வடிவமைக்கப்பட்டிருந்தன. மொத்தம் 360 அடி நீளமும் 168 அடி அகலமும் கொண்டது இந்தக் கவின்மிகு கட்டடம்! பிரிட்டிஷ் அரசால் பல தீமைகள் இருந்திருந்தாலும் இது போன்ற பல நன்மைகளும் நடந்திருப்பதை ஒத்துக் கொள்ளத்தான் வேண்டும்.

வெளியே வந்தோம். “அம்ரி! அதோ இளநீர்” என்று கூவினேன். பார்க்கின் அருகில் ஒரு பெட்டிக்கடையின் முன்னால் இளநீர்க் காய்கள் குவித்து வைக்கப்பட்டிருந்தன. ரோட்டைத் தாண்டி அங்கு சென்றோம். அருகில் பார்த்ததும் “மிகச் சிறியதாக இருக்கின்றனவே” என்றேன். “இல்லை சார், நீர்

அதிகம் இருக்கும்" என்றான். "எனக்கு ஜெல்லி வேண்டும்" என்றேன். அம்ரிக்கு ஜெல்லி என்றால் புரியவில்லை.

நியூயார்க்கில் இளநீர்க் காய்கள் கோடை நேரத்தில் ஃபிளாரிடா மாநிலத்திலிருந்து ஏராளமாக வந்திறங்கும். இந்திய மற்றும் கயானா கடைகளில் கிடைக்கும். ஒன்று 4 டாலர் முதல் 5 டாலர் வரை. உள்ளே இருக்கும் வழுக்கையைத்தான் அங்கே ஜெல்லி என்று சொல்வார்கள். அம்ரிக்குப் புரியாததால் வழுக்கை என்று சொன்னேன். அந்த வார்த்தையும் அவனுக்குப் புரியவில்லை என்றாலும் நான் என்ன சொல்ல வருகிறேன் என்பதைப் புரிந்து கொண்டான்.

உடனே எனக்கு ஒரு பாடல் ஞாபகம் வந்தது; "அழகி ஒருத்தி இளநி விக்கிற கொழும்பு வீதியிலே, அருகில் ஒருத்தன் உருகி நிற்கிறான் குமரி அழகிலே". ஆஹா! அந்தப் பாட்டைச் சிறிது சத்தமாகவே பாடிக் கொண்டு அம்ரி பின்னால் போனேன். அம்ரிக்கு அந்தப் பாட்டுக் கூடத் தெரியவில்லை, சின்னப் பையன்.

அங்கு போய்க் கடையின் உள்ளே அம்ரி செல்ல, வெளியே நடந்து வந்தாள் ஒரு பெண், 'அட!'. மீண்டும் அந்தப் பாடலைப் பாடினேன். ஒரு விதமான அரிவாளோடு அந்தப் பெண் வருவதைப் பார்த்துப் பாடலை நிறுத்தி விட்டேன். பதமான அரிவாளால் மூன்றே மூன்று சீவலில் இளநீரின் நீர் கொப்பளிக்க என்னிடம் கொடுத்தாள். என் கழுத்தைத் தடவிப் பார்த்துக் கொண்டேன். இவ்வளவு சிறிய கழுத்துக்கு ஒரே சீவு போதும். கொஞ்சம் தள்ளி நின்று கொண்டேன்.

அப்படியே வாயில் வைத்து உறிஞ்ச, ‘தேவாமிர்தம் ஜீவாமிர்தம் தந்தாள்’ என்ற பாடல் ஞாபகம் வந்தது. அட, மனசுக்குள்ளதான் பாஸ்! சும்மா சொல்லக் கூடாது, அந்த மாதிரி சுவையுள்ள இளநீரை என் வாழ்நாளில் என்றுமே குடித்ததில்லை. உருவத்தில் சின்னதாக இருந்தாலும் குவாலிட்டி மற்றும் குவான்டிட்டி இரண்டும் சிறப்பாகவே இருந்தன. இரண்டு சாப்பிட வேண்டும் என நினைத்து வந்த எனக்கு ஒன்றிலேயே நெஞ்சு வரை நிறைந்து விட்டது, வயிறும் உப்பி விட்டது. விலையும் சகாயம்தான்.

மதிய நேரத்தில் அந்த இளநீர் சுகமாக இருந்தது. காற்றும் சிலுசிலுவென்று அடிக்க ஏகாந்தமாக ஒரு சிறு தூக்கம் போட்டால் நன்றாக இருக்கும். ஆனால் ‘ஊர் சுற்ற வந்திருக்கும் இடத்தில் ஓய்வாவது ஒழிச்சலாவது! இன்னும் எத்தனையோ இடங்களைக் கவர் பண்ண வேண்டி இருக்கிறதே’ என்று நினைத்து விட்டு நடையைக் கட்டினோம்.

(“ஏலேய் சேகரு!”

“வாடா மகேந்திரா! என்னடா, என்ன விசேஷம் ஊரில?”

“ஊர் விசேஷத்தை விடு! ஒரு முக்கியமான விஷயத்தை சொல்லாம கடந்து போயிட்டியே?”

“என்னடா முக்கியமான விஷயம்?”

“அதாண்டா, பாட்டுப் பாடினயே?”

“ஆமாம், அதுக்கென்னடா?”

“இல்லை... எளனியை வெட்டிக் கொடுக்க வந்தது பொண்ணுன்னு சொன்னல்லே?”

"ஆமாம்..."

" இ ல்ல . . . அ வ அ ழ கி யா இ ல்லை யா ன்னு சொல்லலயே?"

"அடப்பாவி மகேந்திரா! நீ அதைக் கேக்கறயா? அட அமாவாசையில் பொறந்தவனே! எல்லாத்துக்கும் ஒரு கவலைன்னா உனக்கு வேற ஒரு கவலை."

"இல்லை, நீ பாட்டு பாடினாயே?"

"இல்லடா, அவ அழகியில்ல."

"அடப் போடா! சப்புன்னு போயிருச்சு. ஆமா... அவ தமிழா சிங்களமா?"

"சிங்களம்தான்."

"ஓ, அதனாலதான்டா!"

"சரி சரி, நான் பிஸியாக இருக்கேன். போனை வச்சிர்றேன்.")

லைனை ஏன் விரசா கட் பண்ணேன்னா மக்களே, அவன் பாடலின் அடுத்த வரியைப் பத்தி கேட்டிடக் கூடாதில்லே, அதனாலதான்.

இசுலாமியர் கட்டிய புத்தர் கோவில்

“அடுத்து எங்கே” என்று அம்ரியிடம் கேட்டேன்.

“சார், சாயந்திரம் ஆயிருச்சு. அப்படியே போய் எங்கேயாவது சாப்பிட்டுட்டு ரூமுக்கு போயிரலாம்.”

“மணி ஐந்துதானே! போற வழியில வேறு எங்காவது போகலாமே?” என்றேன்.

“சார், ஒரு இஸ்லாமியர் கட்டிய புத்தர் கோயில் இருக்கு. ஆனா நீங்க கிறிஸ்தவர் ஆச்சே, அங்கே வருவீங்களா?”

“என்ன அம்ரி அப்படிச் சொல்லிட்ட? கோவில்கள் கலைகளின் இருப்பிடம், கலாச்சாரங்களின் பிறப்பிடம் அல்லவா! நான் தமிழ்நாட்டில் வளரும்போது என் அப்பா தமிழ்நாடு மட்டுமல்லாது ஆந்திரா, கர்நாடகா, கேரளா என்று எல்லாக் கோவில்களுக்கும் கூப்பிட்டுப் போயிருக்கிறார். எல்லா புராணங்களும் இதிகாசங்களும் எனக்கு அத்துப்படி. அது மட்டுமல்ல, பள்ளிவாசல்களுக்கும் தர்ஹாக்களுக்கும் கூடப் போயிருக்கிறேன்.”

“என்ன, தர்ஹா கூடப் போயிருக்கீங்களா?!”

“ஆமாம்! நாகூர் தர்ஹா, ஏர்வாடி தர்ஹா போயிருக்கிறேன். எங்கள் ஊர்ப் பள்ளிவாசல் கூடப் போயிருக்கிறேன்.”

“நாகூர் தர்ஹா சரி, ஏர்வாடிக்கு எதுக்குப் போனீங்க? அங்க பைத்தியக்காரங்களைத்தான் கூப்பிட்டுப் போவாங்க.”

"அம்ரி, என்ன கலாய்க்கிறதா நினைப்பா?"

"அது சரி, தர்ஹா கான்செப்டை நம்புறீங்களா?"

"இல்லை. இறந்தவர்களை மதிக்க வேண்டும், பின்பற்றலாம். ஆனால் கடவுளுக்குச் சமமாக அவர்களை வணங்குதலில் நம்பிக்கையில்லை. அல்லா ஒருவனே வணங்குவதற்கு உரியவன்."

"சார்! என்ன ஆச்சரியமாக இருக்கு! நீங்க இயேசுநாதரைக் கும்பிடுபவர்தானே? அல்லாவையும் ஏத்துக்கிருவீங்களா!"

"அல்லான்னா என்ன அர்த்தம்?"

"கடவுள்னு, படைத்தவன்னு அர்த்தம்?"

"கடவுளுக்குப் பேர் ஏதாவது இருக்கா?"

"இல்லை. உருவம் இல்லா அரூபம் அவன்."

"எல்லா மதத்தினரும் இதை ஏற்றுக் கொள்ளுகிறார்கள். கடவுள் அல்லது படைத்தவன் ஒருவனே. அவனுக்கு உருவமில்லை, பெயருமில்லை. அல்லா என்பது கடவுளின் பெயர் அல்ல. கடவுளுக்கு அந்த மொழியில் உள்ள பெயர். அதனால கடவுளை அல்லான்னு சொல்றதுல எனக்கு எந்தப் பிரச்சினையுமில்லை. ஏன், இந்து மதத்தில் கூட உருவ வழிபாடு கிடையாது. அது பின்னர்தான் புகுத்தப்பட்டது."

"சார், நீங்க சொல்றது ஆச்சரியமாயிருக்கு! ஆனா உண்மைதான்."

"அதோட இதையும் தெரிஞ்சிக்க! யாவே அல்லது ஜெகோவா என்று ஹீப்ரு மொழியில் அழைக்கப்படும் கடவுளின் அரபி மொழியாக்கம்தான் அல்லா என்பது.

அது மட்டுமல்ல பைபிளிலும் 'அல்லா' என்று போட்டிருக்கு."

"என்ன சார் சொல்றீங்க!"

"ஆமா, அரபு மொழியில் இருக்கும் பைபிளில் கடவுள் என்று வரும் இடங்களில் எல்லாம் 'அல்லா' என்றுதான் போடப்பட்டிருக்கு."

"அப்ப ஏசுநாதர்?"

"கடவுளின் மனித உருவாக வந்த இறைமகன்தான் இயேசு. அவரும் அல்லாவும் ஒன்றே!"

"ரொம்ப ஆச்சரியமா இருக்கு!"

"அது மட்டுமல்ல, இந்து மதத் தத்துவங்களுக்கும் கிறிஸ்துவ மதத் தத்துவங்களுக்கும் நிறைய ஒற்றுமைகள் இருக்கின்றன. அதை இன்னொரு நாளைக்கு சொல்றேன்."

"அப்ப உங்களுக்கு எம்மதமும் சம்மதமா?"

"அதை நான் இப்படிச் சொல்வேன். எல்லா மதங்களும் ஒரே கடவுளைத்தான் குறிக்கின்றன. அந்த ஒரு கடவுள்தான் இந்த உலகத்தைப் படைத்தவர். ஏன், உன்னையும் என்னையும் படைத்துப் பராமரிப்பவர் அவர் ஒருவரே. அதனால உலகின் மனிதக்குலம் எல்லாரும் சகோதர சகோதரிகளே!"

"ஹும்! இப்படி எல்லாரும் நினைச்சா எவ்வளவு நல்லாருக்கும் சார்!"

"சரி அத விடு! இஸ்லாமியர் கட்டிய புத்தர் கோயில்னு சொன்னியே, அது எங்கிருக்கு?"

“அங்கதான் சார் போயிட்டிருக்கோம். அந்தக் கோவிலின் பெயர் **கங்கராமயா கோவில்.** இந்தக் கோவில் இலங்கை, தாய்லாந்து, இந்திய, சீனக் கட்டடக்கலையின் கலவை என்று சொல்லலாம்.”

ஜின ரத்தனா சாலையில் அமைந்திருக்கும் இது பழசா புதுசா என்று கண்டுபிடிக்க முடியாத அளவுக்கு இருந்தது. 19-ஆவது நூற்றாண்டில் கடல் வணிகத்தில் கொடிகட்டிப் பறந்த டி சில்வா ஜெயசூரிய கோனவர்த்தனே முதலியார் என்பவர் மட்டாரா ஸ்ரீ தர்மராம தேரோ என்ற குருவுக்குக் கோவில் எழுப்புவதற்காக மூர் சமுதாயத்தைச் சேர்ந்த மூன்று பேரிடம் இந்த அழகிய இடத்தை வாங்கிக் கட்ட ஆரம்பித்தாராம். மிகுந்த பொருட்செலவில் கட்டப்பட்ட இந்தக் கோவிலுக்கு கங்கராமயா விகாரை என்ற பெயர் சூட்டப்பட்டது.

அழகான தோரண வாயிலின் உள்ளே மிக அழகிய கட்டடங்கள் அடங்கிய பல பகுதிகள் இருந்தன. விகாரை என்று சொல்லப்படும் கோயில், பகடா என்று சொல்லப்படும் போதி மரம், புத்த பிட்சுகள் கூடும் பெரிய அரங்கம் ஆகியவை இருக்கின்றன.

அது தவிர ரெலிக் (relic) என்று சொல்லப்படும் புத்தரின் உடற்பகுதிகள் வைக்கப்பட்டிருக்கும் இடம் உள்ளது. மேலும் ஒரு அருங்காட்சியகம் (museum), நூலகம், கல்வி நிலையங்கள், தங்குமிடங்கள் என்று பெரிய வளாகம் இது. இதில் மூன்று மாடிக் கட்டடம் ஒன்றையும் தங்குமிடமாகக் கட்டியதும் முதலியார்தான்.

இங்கு புத்த மதத் தலைவர்களான ரத்மலான ஸ்ரீ தர்மராமா தேரோ, வாங்கடுவா ஸ்ரீ சுபுட்டி தேரோ, வெலிக்கமா ஸ்ரீ சுமங்கல தேரோ, வெளிவிட்டியே தம்மரத்தின தேரோ, பண்டிட் பட்டு வண்டுபாவே ஆகியோரும் இருந்திருக்கின்றனர்.

இதுல இன்னொரு முக்கியத் தகவல் என்னன்னா, நியூயார்க், ஸ்டேட்டன் ஐலண்டில் இருக்கும் புத்த ஆலயம், மேன்ஹாட்டனில் இருக்கும் புத்த மையம், தான்சானியாவில் இருக்கும் மையம் ஆகியவற்றையும் இவர்கள்தான் உருவாக்கியிருக்கிறார்கள்.

இங்குள்ள போதி மரம் சிறு செடியாக அனுராதபுரத்தில் உள்ள ஸ்ரீ மகா பொதியாவிலிருந்து கொண்டு வரப்பட்டு நடப்பட்டிருக்கிறது. நட்டவர், வேற யாரு நம்ம முதலியார்தான்.

"எல்லாம் சரி, இஸ்லாமியர் கட்டியது என்ன?" என்று நீங்கள் கேட்பது காதில் விழுகிறது.

இந்த வளாகத்திலேயே மிக முக்கியமான சீமா மலாக்கா சந்நிதானத்தைக் கட்டுவதற்கு S. H. மூசாஜி என்கிற ஒரு இஸ்லாமியர் பெருமளவில் உதவியிருக்கிறார். அதனை வடிவமைத்தது ஜாஃப்ரி பாவாதான். பல கட்டடங்களை இவர்தான் வடிவமைத்தார் என்பதைத்தான் முன்னமே

பார்த்தோமே! இந்த மண்டபம் அருகில் உள்ள பெய்ரா என்ற ஏரியின் நடுவே உள்ள தீவில் அமைந்துள்ளது.

இதுல இன்னொரு முக்கியத் தகவல், இங்குள்ள புத்தர் சிலை முழுவதுமாக ஜேட் (Jade) என்று சொல்லப்படும் சிறப்பான விலை மதிப்பு மிக்க கல்லால் செய்யப்பட்டது. நம்மூர் மரகத விநாயகர் மாதிரி.

பார்த்து முடித்து வெளியே வந்தோம்.

"என்ன சார், சாப்பிட சரவண பவன் போலாமா?"

"அம்ரி, நிஜமாவா சொல்ற?! இங்க சரவணா பவன் இருக்கா?!"

குதிரைப்படைக்கும் கழுதைப்படைக்கும் சண்டை!

“சரவண பவன் இங்க இருக்கா?”

“சார், சரவண பவன்னா சரவண பவன் இல்லை, சரவண பவன் மாதிரி. ஆனா ரெண்டும் ஒண்ணுதான்.”

“என்ன அம்ரி குழப்புற?”

“வந்து பாருங்களேன்!”

சில நிமிட நேர டிரைவில் வந்தது ஒரு ரெஸ்டாரண்ட். பேர் ஷண்முகாஸ்.

“ரெண்டும் ஒண்ணுதான்னு சொன்னே?”

“ஆமா சார், சரவணன் யாரு?”

“முருகன்.”

“ஷண்முகன்?”

“அதுவும் முருகன்தான்.”

“அதைத்தான் சொன்னேன்.”

“அம்ரி, இதெல்லாம் உனக்கு தெரியுமா! ஆச்சரியம்தான்.”

“உங்களுக்கும் தெரியுதே!”

“எனக்கு இதுவும் தெரியும், இதுக்கு மேலயும் தெரியும்.”

அம்ரி சொன்னது உண்மைதான். பேரைத் தவிர மற்ற எல்லாமே சரவண பவன்தான். சுவை உட்பட.

சீனா போய் இலங்கை வந்து இறங்கியதால் இட்லி, தோசை சாப்பிட்டு வெகு காலம் ஆகியிருந்தது. நாக்கில் ஜலம் ஊற இட்லி-வடை காம்போ, ஒரு பிளெய்ன் தோசை என்று நிறுத்தி நிதானமாகச் சாப்பிட்டேன். மூன்று விதச் சட்னியுடன் சாம்பாரில் தோய்த்து ஒவ்வொரு விள்ளலாக உள்ளே இறங்க இறங்க அமிர்தமாக இருந்தது. அனுதினமும் சாப்பிடுபவர்களுக்கு ஒண்ணுமே தெரியாது. ஒரு வாரம், பத்து நாள் கழித்துச் சாப்பிட்டுப் பாருங்கள்! அப்புறம் தெரியும், நம்ம ஊர்ப் பண்டங்களின் சுவை.

அம்ரியின் காதில் மெதுவாகக் கேட்டேன், "இந்தக் கடை வைத்திருப்பவர்கள் நாடார்தானே?"

"எப்படி சார் கரெக்டாக கண்டுபிடித்தீர்கள்?"

பல வருடங்களுக்கு முன்பே குடிபெயர்ந்த குடும்பம்தான் இதனை ஆரம்பித்து நடத்தி வருகிறார்கள். பெரிய பங்களா போன்ற இடத்தில் ரூம் ரூமாக இருந்தது. பெரும்பாலும் நம்மூர்த் தமிழர்கள்தான் வேலை பார்த்து வந்தனர்.

"அம்ரி, முடியும்போதெல்லாம் இங்கு வந்துவிட வேண்டியதுதான்."

அம்ரியும் மகிழ்ச்சியுடன் தலையாட்டினான்.

உண்டு முடித்து ஒரு நாற்பது நிமிடப் பயணத்தில் விடுதிக்கு வந்து சேர்ந்தோம். படுக்கையில் சாய்ந்தேன்.

மாபெரும் போருக்கு ஆயத்தமாகி, ஒருபுறம் குதிரைப்படை நிற்க மறுபுறம் சிங்களக் காடையினர் கழுதைகளில் வீற்றிருந்தனர். குதிரைப் படையின் தலைவன் அப்படியே பிரபாகரன் மாதிரியே இருந்தது. ஒருவேளை பிரபாகரன்தான் என்று நினைக்கிறேன்.

குதிரைப் படை வாயு வேகத்தில் புகுந்து கழுதைப் படையை முறியடித்து அரை மணி நேரத்திற்குள் போர் முடிந்து போனது. கொழும்புக் கோட்டையில் பிரபாகரன் பேரரசனாக முடிசூட்டிக் கொள்ள, கிட்டத்தட்ட 600-700 வருடங்கள் கழித்துத் தமிழருடைய ஆட்சி மலர்ந்தது. அமைச்சர்கள் பலர் பதவியேற்றுக் கொள்ள, பிரதம மந்திரி ஒவ்வொரு மந்திரியையும் பேரரசருக்கு அறிமுகம் செய்து வைத்தார். அந்தப் பிரதம மந்திரியை எங்கேயோ பார்த்த மாதிரி இருந்தது. உற்று உற்றுப் பார்த்தால் அது என்னை மாதிரியே தெரிந்தது. இல்லை, அது நான்தான்! ஆஹா! தமிழீழத்திற்கு நான் பிரதம மந்திரி! இது என்ன குழப்பம்?

“சார்!... சார்!...”

“யாரது, பதவியேற்கும் விழாவில் இடையூறு செய்வது?”

“சார், நான்தான் அம்ரி! மணி எட்டாகி விட்டது.”

படக்கென்று எழுந்தேன். ஆஹா, கனவு! தமிழரின் விடுதலை இப்படிக் கனவாகி விட்டதே என்று ஒரு பெருமூச்சு விட்டுவிட்டு எழுந்து ரெடியாகி வெளியே வந்தேன்.

பளிச்சென்று வெயில் அடிக்க, அது ஒரு அழகிய தினம்.

“அம்ரி, ஷண்முகாஸ் போகலாமா காலை உணவுக்கு?”

“சார், அது இங்கிருந்து தூரம். அதோடு நாம வேறு வழியில் போகிறோம்” என்றான்.

“அப்படியா? போகிற வழியில் இட்லி, தோசை கிடைக்குமா?”

“சார், அங்கெல்லாம் இட்லி, தோசை கிடைக்காது. இலங்கை உணவுதான் கிடைக்கும்.”

“சரி வா! எங்காவது சாப்பிட்டு விட்டுப் போவோம்.”

கார் கிளம்பிச் செல்ல, கொழும்பை விட்டு வெளியே வந்து கிராமப்புறத்திற்கு வந்தோம். போகிற வழியில் ஒரு உணவகத்தில் நிறுத்தினான் அம்ரி.

“சார், இங்கே பஃபே இருக்கும்.”

“காலங்காத்தால பஃபேயா! வேறு எங்காவது கொஞ்சம் லைட்டாய் சாப்பிடலாம் அம்ரி.”

“பெரும்பாலான கடைகளில் இப்படித்தான் இருக்கும் சார்!”

“சரி, வா போகலாம்!” என்று உள்ளே நுழைந்தோம்.

இலங்கை உணவு அங்கே வரிசையாகச் சூடேற்றிய டிரேக்களில் நிரம்பியிருந்தது. அவர்களின் ஒரு வகை பிரட், கைக்குத்தல் அரிசி போன்ற சாதம், மஞ்சள் நிற லெமன் சாதம், மாட்டுக்கறிக் குழம்பு, மீன் குழம்பு, தவிர சாலட்களும் பழ வகைகளும் இருந்தன.

அதனைப் பார்த்தவுடனே எனது வயிறு நிரம்பிப் போக, மிகவும் லைட்டாக பிரட், சாலட், சிறிது பழங்கள் சாப்பிட்டு எழுந்தேன். அம்ரி ஒரு வெட்டு வெட்டினான். அவனது புஜபல பராக்கிரமத்திற்கு அப்போதுதான் காரணம் புரிந்தது.

நானெல்லாம் அவற்றைப் பார்த்து ரசிக்கத்தான் முடியும். நமக்கு ஒரு கவளம் கூடச் சாப்பிட்டாலும் புஜத்திற்கு எங்கே போகிறது, தொப்பையை அல்லவா

பெருக்குகிறது? இந்தச் சின்ன உடம்புக்குத் தொப்பை துருத்திக் கொண்டிருந்தால் நன்றாகவா இருக்கிறது? ஒரு தடவை வயிற்றைத் தடவிப் பார்த்துவிட்டு எழுந்து விட்டேன்.

"என்ன சார் எழுந்திட்டீங்க?"

"அம்ரி, நீ நிதானமாகச் சாப்பிட்டு விட்டுக் கிளம்பினால் போதும்! அதுவரை இங்கே வெளியே நிற்கிறேன்."

அங்கு சாலைகள் குறுகியவை என்றாலும் நல்ல திடமான சாலைகளாக இருந்தன. நம்மூர் நாட்டுப்புறத்திற்குள் நுழைந்த மாதிரிதான் இருந்தது. ஆனால் எங்கும் பசுமையாக வளமையாக இருந்தது. காலையில் லேசாகச் சில்லென்று இருந்தது மிகவும் உற்சாகமூட்டக் கூடியதாக இருந்தது. பலவித வாகனங்கள் போய்க் கொண்டிருந்தன. சிறிது நேரத்திற்குள்ளாகவே பல வாகனங்கள் அங்கு வர, அந்த உணவகம் நிரம்பி வழிந்தது. காலை உணவை இப்படிச் சாப்பிடுவார்கள் என நான் நினைக்கவேயில்லை.

அம்ரி ஒரு ஏப்பத்துடன் வெளியே வந்தான். "அம்ரி, தூங்கிடாதே!" என்றேன்.

"பயப்படாதீங்க சார்! பகலில் எனக்குத் தூங்கும் பழக்கமில்லை."

கார் நகர்ந்தது.

"முதல் ஸ்டாப் எங்கே" என்றேன்.

"போற வழியில் ஒரு உயிரியல் பூங்கா (Zoo) இருக்கிறது. பார்த்துவிட்டுப் போவோம்" என்றான்.

ஒரு மணி நேர டிரைவுக்குப் பின் ஒரு சிறிய உயிரியல் பூங்கா வந்தது. நாங்கள் உள்ளே நுழைந்தோம். அங்கே மிருகங்களை விடக் குடும்பங்கள் மற்றும் காதல் ஜோடிகளைத்தான் அதிகம் பார்த்தேன். பத்து நிமிடங்களில் வெளியே வந்து “வா போகலாம்” என்றேன்.

“என்ன சார், அதுக்குள்ளே வந்திட்டீங்க?”

“அம்ரி, இதற்குள் பார்ப்பதற்கு ஒன்றுமில்லை. அதோட பழைய ஞாபகம்லாம் வருது. இங்க வேணாம்பா! அடுத்த இடம் எங்கே போகிறோம்?” என்றேன்.

“அடுத்த இடம் அனாதை யானைகளின் விடுதி.”

அனாதை யானைகள் விடுதியில் பரதேசி

“**யா**னைகளுக்கு அனாதை விடுதியா? என்னப்பா சொல்ற?”

“ஆமாம் சார், வந்து பாருங்களேன்!”

“இங்கிருந்து எவ்வளவு தூரம்?”

“ஒரு அரை மணி நேரம்தான் சார்! சீக்கிரம் போய் விடலாம்.”

அங்கு சென்று சேர்வதற்குள் அதனைப் பற்றிய சில தகவல்களைச் சொல்கிறேன்.

பின்னவாலா யானைகள் சரணாலயம் (Pinnawala Elephant Orphanage) என்பது இலங்கை அரசின் வனவிலங்குப் பாதுகாப்பு அமைப்பு (Department of wildlife conservation) மூலம் 1975-ஆம் ஆண்டு ஏற்படுத்தப்பட்டது. இதன் நோக்கம் என்னவென்றால் குடும்பத்தை விட்டுப் பிரிந்தவை, வழி தவறி வந்தவை, குழிகளில் மாட்டியவை, அடிபட்டதால்

கைவிடப்பட்டவை ஆகிய யானைக்குட்டிகளுக்கு அடைக்கலம் கொடுத்து அவை வாழவும் வளரவும் பெருகவும் இடமளித்துக் காப்பது மற்றும் அவை தன்னிச்சையாக இருக்க இயற்கைச் சூழலை ஏற்படுத்திக் கொடுப்பது என்பது.

இது பின்னவாலா என்ற கிராமத்தில் அமைந்திருப்பதால் இந்தப் பெயர். இந்த ஊர் சபரகமுவா மாகாணத்தில் (Sabaragamuwa Province) இருக்கும் கெகாலே (Kegalle) என்ற நகரின் பக்கத்தில் இருக்கிறது.

ஆரம்பத்தில் ஐந்து குட்டிகளுடன் ஆரம்பிக்கப்பட்ட இந்த அமைப்பில் இப்போது நூற்றுக்கணக்கான யானைகள் இருக்கின்றன. இவை இங்கேயே வாழ்ந்து, குடும்பமைத்து, இனப்பெருக்கமும் செய்கின்றன என்று சொன்னார்கள். மூன்று தலைமுறை யானைகள் இங்கு இருக்கின்றனவாம். இவற்றைப் பராமரிக்க ஐம்பதுக்கும் மேற்பட்ட யானைப் பாகர்கள் இருக்கின்றார்கள்.

கார் பின்னவாலாவை அடைந்து விட்டது. மற்ற விவரங்களைப் பிறகு சொல்கிறேன்.

அந்த இடம் 'ஜே ஜே' என்று ஒரே கூட்டமாக இருந்தது. வெளிநாட்டுக்காரர்கள் அதிகமாகத் தென்பட்டனர். தவிர உள்நாட்டினரும் இந்தியர்களும் கூட இருந்தனர். நுழைவு வாயிலில், எங்கேயும் பார்த்திராத விதமாக மூன்று வகைக் கட்டணங்கள் இருந்தன. உள்ளூர்க்காரர்களுக்கு ஒன்றும், வெளிநாட்டவர்களுக்கு ஒன்றும், சார்க் நாடுகளைச் சேர்ந்தவர்களுக்குத் தனிக் கட்டணமும் வசூலிக்கப்பட்டது. வெளிநாட்டவர்களுக்கு உள்ளூர்க் கட்டணத்தை விடப் பல மடங்கு இருந்தது. இந்த வருமானம் இந்த இடத்தைப் பராமரிக்கச் செலவிடப்படுகிறதாம்.

சாலையிலிருந்து சற்றே உயரமாக இருந்த இடத்தில் நுழைந்தேன். சுமார் 25 ஏக்கர் நிலப்பரப்பில் அமைந்துள்ள இடத்தில் யானைகள் சுதந்திரமாக உலவி வருகின்றன. பகல் நேரத்தில் பெண் யானைகளும் அதன் குட்டிகளும் கூட்டமாக இருக்கின்றன. இரவு நேரத்தில் பெண் யானைகளைத் தனித் தனிக் கொட்டடிகளில் சங்கிலியால் கட்டி வைத்திருப்பார்களாம். ஆண் யானைகளையும் வேறு ஒரு இடத்தில் பிணைத்து வைத்திருக்கிறார்கள். இங்கேயே பிறந்த குட்டிகள் தங்கள் தாயிடம் பால் குடிக்கின்றன. மற்ற பகுதிகளிலிருந்து கொண்டு வரப்படும் குட்டிகளுக்கு ஃபீடிங் பாட்டில் மூலம் பால் கொடுக்கிறார்கள். அவை ஒரு நிமிடத்தில் பாலை உறிஞ்சிக் குடித்துவிடும் அழகைப் பார்த்து வியந்து விட்டேன்.

யானைகள் பகல் நேரத்தில் சுதந்திரமாக மேய்ந்தாலும் அங்கிருக்கும் புல் போதுமானதாக இருப்பதில்லையாம். அதனால் உணவு வெளியேயிருந்து கொண்டு வருகிறார்கள். அவை சாப்பிடும் உணவைக் கேட்டால் அசந்து போவீர்கள். பலாப்பழங்கள், தேங்காய், பனை உணவு, புளி, புல் ஆகியவற்றைக் கொண்டு வந்து குவிக்கிறார்கள். ஒவ்வொரு வயது வந்த யானைக்கும் ஒரு நாளைக்கு 250 கிலோ உணவு கொடுக்கிறார்களாம். அது தவிர அரிசித் தவிடும் சோளமும் கொடுக்கிறார்கள்.

யானை ஒவ்வொன்றும் புஷ்டியாக, ஆரோக்கியமாக இருந்தது. தங்கள் பாட்டுக்கு அவை மகிழ்ச்சியாக இருப்பதாகத்தான் தோன்றியது.

ஒவ்வொரு யானைக்கும் பெயர் வைத்திருக்கிறார்கள். சில யானைகளைச் சில கோவில்களுக்கு அனுப்பியிருக்கிறார்கள். விலைக்கும் கொடுக்கிறார்கள். எவ்வளவு என்று தெரியவில்லை.

எனக்கும் ஒரு யானை வாங்க வேண்டும் போல் ஆசையாக இருந்தது. விமானத்தில் அழைத்துச் செல்ல முடியாது என்பதாலும் அமெரிக்காவில் வீட்டில் யானை வளர்க்க அனுமதியில்லை என்பதாலும்தான் வாங்கவில்லை மக்களே!

அதோடு யானைகளை வாங்கிய சிலர் அதனைச் சரியாகப் பராமரிக்கவில்லை என்று புகார் வந்ததால் பறிமுதல் செய்யப்பட்டு மீண்டும் பின்னவாலாவுக்குக் கொண்டு வரப்பட்டன.

இங்கே இருக்கும் யானைகளில் ஒன்று, நடந்த சண்டையில் கண்ணி வெடியில் கால் வைத்து

முன்னங்காலில் பாதியை இழந்து விட்டதாகச் சொன்னார்கள். நான் அந்த யானையைப் பார்க்க முடியவில்லை.

சிறிது நேரத்தில் யானைகளை அணிவகுத்தனர். ‘ஆஹா! ஏதோ ஊர்வலம் போலிருக்கு’ என்று நினைத்து அவர்களைப் பின்தொடர்ந்தேன். கிட்டத்தட்ட 30 யானைகள் தங்கள் குட்டிகளுடன் வெளியே கிளம்பின. காப்பகத்தின் எதிர்ப்புறம் இருந்த தெருவில் இறங்கி அவை நடக்க ஆரம்பிக்க, நானும் பின்னால் நடந்தேன்.

கொஞ்ச தூரம் அந்தச் சரிவில் நடந்து நடந்து போனால், எதிரே பள்ளமான இடத்தில் அழகிய ஒரு ஆறு ஓடிக் கொண்டிருந்தது. ஆறு முழுவதும் நீர் நிரம்பி ஓடவில்லை என்றாலும் ஒரு சில இடங்களில் தண்ணீர் நன்றாகவே ஓடிக் கொண்டிருந்தது. அந்த ஆற்றின் பெயர் மகா ஓயா. தண்ணீர் ஓயாது ஓடுவதால் இந்தப் பெயரோ என்று தெரிவில்லை.

தண்ணீரைக் கண்டதும் யானைகள் விரைவாக நடந்து உள்ளே இறங்கிக் கும்மாளம் போட ஆரம்பித்தன. தண்ணீரைப் பிற யானைகளின் மேல் தெளிப்பதும், தன் மேல் தெளித்துக் கொள்வதும், குட்டிகளின் மேல் தெளித்துத் தடவுவதும் ஜோராக இருந்தது! அது ஒரு கண்கொள்ளாக் காட்சியாக இருந்தது!

எனக்கும் கீழே இறங்கித் தண்ணீரில் விளையாட வேண்டும் போல் இருந்தது. நேரம் போவதே தெரியவில்லை. யானை, குழந்தை, கடலலை, அருவி இவற்றையெல்லாம் எவ்வளவு நேரம் பார்த்தாலும் சலிக்காது என்று சொல்வார்கள்.

மேலே ஒரு மேடையிலிருந்து நான் பார்த்துக் கொண்டிருந்தேன். பக்கத்தில் ஒரு வெள்ளைக்காரத் தம்பதியர் இருந்தனர். அந்தச் சமயத்தில் கீழேயிருந்து ஒரு யானை ஆற்றங்கரைச் சுவரின் மேல் ஏறி என்னை நோக்கி வர ஆரம்பித்தது.

இலங்கை யானையிடம் மாட்டிய ஜெர்மனி ஜோடி!

துதிக்கையைத் தூக்கிக் கொண்டு சரிவான சுவரில் மெதுவாக ஏறி வந்தது அந்த யானை. உடனே அந்த வெள்ளைக்கார ஆண்மகன், தனது கேனன் கேமராவால் யானையை வித விதப் போசில் கிளிக்கித் தள்ளினான். யானையும் அசராமல் மேலே வந்தது. “ஒரு செல்ஃபி எடு” என்று அந்த ஆண் சொல்ல, அந்தப் பெண், “இன்னும் கொஞ்சம் பக்கத்தில் வரட்டும்” என்றாள். எனக்கோ விதிர் விதிர்த்து விட்டது. எனக்குப் பல கவலைகள் ஒன்றன் பின் ஒன்றாகத் தோன்ற ஆரம்பித்தன.

☹ யானை அந்த ஆளைக் கேமராவுடன் இழுத்து விட்டால் என்ன செய்வது?

☹ யானை கேமராவைப் பறித்துக் கொண்டால் என்ன ஆவது?

☹ யானை ஏறி வந்தால் மேலே தப்பிச் செல்ல வழியில்லையே! மேலே ரெஸ்டாரண்ட்டின் கண்ணாடிச் சுவர்கள் அல்லவா இருக்கின்றன!

☹ இவள் செல்ஃபி எடுக்கிறேன் என்று விழுந்து விட்டால் என்ன செய்வது?

☹ யானையே அப்படியே தவறி மல்லாந்து விழுந்தால் என்ன ஆகும்?

இப்படிப் பல கேள்விகள் உதிக்க, அவர்களிடம் சொன்னேன், "அப்படிச் செய்யாதீர்கள்! அது ஆபத்தில் முடியும்!" என்று. என்னை உற்றுப் பார்த்த அந்தப் பெண் படக்கென்று அந்த ஆணிடமிருந்து கேமராவைப் பறித்து என் கையில் கொடுத்து, "சீக்கிரம்! யானையுடன் சேர்த்து எடு" என்றாள். அந்தக் கேமராவை எப்படி ஆப்பரேட் செய்வது என்று தெரியாமல் நான் விழிக்க, யானை மேலே தொடர்ந்து வந்து கொண்டிருந்தது. என்னருகில் வந்த ஆண்மகன் கேமராவை ஓபன் செய்து பிம்பத்தைச் சரி செய்து என்னிடம் கொடுத்து, "சீக்கிரம் எடு!" என்றான். யானை பின்புறம் தெரிய வேண்டும் என்றான். நான் படக் படக்கென்று இரண்டு மூன்று படங்களை எடுத்துத் தள்ளினேன். அதற்குள் யானையின் துதிக்கை நாங்கள் கொஞ்சம் குனிந்து கையை நீட்டினால் தொடும் அளவுக்கு வந்துவிட்டது.

நான் என்ன செய்வதென்று அறியாது திகைத்து நிற்க, அந்தப் பெண் செல்ஃபி எடுக்க ஆயத்தமானாள். அப்பொழுதுதான் என் பிளாஸ்டிக் பையிலிருந்த வாழைப் பழங்கள் ஞாபகம் வர, அதனை எடுத்து யானையின் துதிக்கையில் படுமாறு எறிந்தேன். வழக்கம் போல் எனக்குக் குறி தவற (சின்ன வயதில் கிட்டிப்புள், கோலி, பேந்தா பம்பரம் இவற்றில் எல்லாம் எனக்கு எப்போதுமே குறி தவறியதில்லை. ஆனால் இப்போதெல்லாம்... ம்ஹிம் டச் விட்போச்!) பழங்கள் துதிக்கையில் பட்டுக் கீழே விழுந்தன.

குறி தவறியதும் நன்மையாகவே முடிந்தது. எப்படியென்றால் கீழே விழுந்த பழங்களை எடுக்க யானை கீழே இறங்கத் தொடங்கியது.

அந்த வெள்ளைக்காரத் தம்பதியர் என்னை முறைத்துப் பார்த்தனர். நான் உதட்டைப் பிதுக்க, அவர்கள் இப்போது கேமராவில் எடுத்த படங்களைப் பார்க்க ஆரம்பித்தனர். சற்று நேரத்தில் அந்தப் பெண் என்னை ஒரு புழுவைப் போல் பார்த்தாள். எனக்கு ஒன்றும் புரியவில்லை. அவள் படங்களைக் (?) கணவனிடம் காட்ட, அவனும் என்னை ஒரு கொசுவை விடக் கேவலமாகப் பார்த்தான். நான் கலவரமாகிக் கிட்ட போய் எட்டிப் பார்க்க, அவன் அவளிடம் கேமராவைப் பிடுங்கி நான் எடுத்த படங்களைக் காண்பித்தான்.

ஒன்றில் வெள்ளையாக ஏதோ தெரிந்தது. வானத்து மேகங்கள் என்று நினைக்கிறேன். இன்னொன்றில் அவர்கள் இருவரின் வலது தோளும், இடது தோளும் மட்டும் தெரிய இடையில் யானையின் துதிக்கை நுனி மட்டும் தெரிந்தது. மூன்றாவது படத்தில் இருவரின் முகங்களும் பாதிப் பாதி தெரிய, மேலே ஆகாயம் பளிச்செனத் தெரிந்தது.

எனக்குக் கொஞ்சம் சிரிப்பு வந்தது. "இப்படி ஒரு அரிய வாய்ப்பைக் கெடுத்து விட்டாயே?" என்றார்கள். நான், "உங்கள் உயிரைக் காப்பாற்றியதற்கு எனக்கு நீங்கள் நன்றி சொல்ல வேண்டும்" என்றேன். மேலும் பழங்களை எறிந்து யானையைக் கீழே அனுப்பி விட்டேன் என்று புகார் சொன்னார்கள்.

அந்த வெயிலில் சிவப்பாகத் தெரிந்த அவர்கள் முகம் கோபத்தால் அதிசிவப்பானது. அதற்குள் கீழே விழுந்த பழங்களைப் பார்த்துவிட்ட, டஸ்கர் என்று சொல்லக் கூடிய ஒரு ஆண் யானை விரைவாக எங்களை நோக்கி வந்தது. அந்தத் தந்தங்கள்

வளைந்து நீண்டு நுனியில் கூர்மையாக இருந்தன. ஏற்கெனவே வந்த பெண் குட்டி யானையை விட இது பல மடங்கு பெரியதாக இருந்தது. இலேசான பிளிறல் அல்லது முனகலோடு அது மேலேறி வர, நான் தெறித்து மடமடவென மேலேறி அந்த ரெஸ்டாரண்ட்டுக்குள் புகுந்தேன். என் பின்னாலேயே அந்த வெள்ளைக்காரத் தம்பதியரும் அதிவிரைவாக ஓடி வந்து ரெஸ்டாரண்ட்டினுள் புகுந்து எனக்கு எதிரே இருந்த மற்றொரு டேபிளில் உட்கார்ந்தனர்.

அவர்களையே நான் பார்க்க, அவர்கள் என்னைப் பார்க்காமல் தவிர்த்தனர். ஒரு சந்தர்ப்பத்தில் அந்தப் பெண் என்னைப் பார்க்க, "என்ன, செல்ஃபி எடுக்கவில்லையா?" என்று கண்ணாடி வழியே தெரிந்த அந்த யானையைக் காட்டிக் கேட்டேன். அவள் முகம் மாறிச் சில விநாடிகளில் சிரிக்க ஆரம்பித்து விட்டாள். கணவன் ஏன் என்று கேட்க, அவள் சொல்ல, அவன் சிரிப்பதற்கு பதில் கோபப்பட்டான்.

ஆனால் எதிர்பாராத விதமாக அந்தப் பெண் என்னைப் பார்த்து, "இங்கே எங்கள் டேபிளுக்கு வருகிறாயா?" என்றாள்.

நானும் சரியென்று எழுந்து அவர்கள் டேபிளுக்குச் சென்றேன். அவளின் புன்னகை மாறாமல் இருக்க, அவன் முகம் மேலும் இறுகியது. இப்போது எனக்கு எதிரே இருந்த பெரிய சவால் அவனை எப்படி சகஜ நிலைக்குக் கொண்டு வருவது என்பதுதான்.

"நீங்கள் இருவரும் மிக நல்ல ஜோடி! கடவுள் உங்களை ஒருவருக்கு ஒருவராகவே படைத்திருக்கிறான் (Made for each other)" என்றேன். அதிலும் பெண்ணைப் பார்த்து "நீ ரொம்ப லக்கி"

என்றேன். உடனே முகம் மாறிச் சிறிய புன்னகையைச் சிந்திய ஆணிடம், "நீ மிக மிக லக்கி" என்றேன். இருவரையும் ஒரு சேர சகஜ நிலைக்குக் கொண்டு வர அது போதுமானதாயிருந்தது.

அவர்கள் இருவரும் ஜெர்மனியிலிருந்து வந்திருந்தார்கள் என்று தெரிந்தவுடன் ஹாப்ஸ்பர்க் அரச பரம்பரை, ஈஸ்ட் ஜெர்மனி - வெஸ்ட் ஜெர்மனி பிரிவினை, அப்புறம் சேர்ந்தது, சுவர் இடிக்கப்பட்டது, மார்ட்டின் லூதர் ஆரம்பித்த பிராட்டஸ்டண்ட் மூவ்மெண்ட், தரங்கம்பாடிக்கு வந்த ஜெர்மன் மிஷனரிகள் பைபிளைத் தமிழில் மொழிபெயர்த்தது, முதல் அச்சுக்கூடம் வைத்தது என்று பல விஷயங்களை நான் சொல்ல, அவர்கள் ஆச்சரியப்பட்டு மேலும் நெருக்கமானார்கள். தப்பித் தவறிக் கூட ஹிட்லர் பற்றி ஒரு வார்த்தை கூடக் கேட்கவில்லை. என் பில்லையும் சேர்த்துக் கொடுப்பார்கள் என்று நினைக்க, அது நடக்கவில்லை. (அட! அல்பப் பரதேசி).

அதற்குள் அம்ரி என்னைத் தேடி வந்தான். அம்ரியை அவர்களிடம் அறிமுகப்படுத்தினேன்.

"எங்க சார் போனீங்க, ரொம்ப நேரம் ஆச்சு? ஆமா, நவரத்தின மோதிரம் வாங்கணும்னு சொன்னீங்கல்ல? வாங்க போலாம்! இங்க என் நண்பனின் கடை இருக்கு" என்று கூப்பிட்டான். அந்த மோதிரத்தைப் பார்க்கப் போகலாமா?

இலங்கையில் கொட்டிக் கிடக்கும் ரத்தினங்கள்!

"அம்ரி அதுக்கு ரத்தினபுரி போலாம்னு சொன்னியே?"

கொழும்பினருகில் ரத்தினபுரி என்ற இடம் இருக்கிறது. அங்கு வைரம், வைடூரியம், மரகதம் போன்ற நவரத்தினங்கள் தாராளமாகக் கிடைப்பதால் உலகெங்கும் இருந்து அங்கு வந்து அந்தச் சிறப்பான ரத்தினங்களை வாங்கிச் செல்கின்றனர் என்று கேள்விப்பட்டிருந்தேன்.

அது மட்டுமில்லாமல் இங்கே வாஷிங்டன் டி.சி-க்குச் செல்லும்போதெல்லாம் நான் தவறாது பார்ப்பதும் பிறரைக் கூட்டிப் போவதும் **நேச்சுரல் ஹிஸ்டரி மியூசியம்** என்ற பிரம்மாண்டமான அருங்காட்சியகத்திற்கு. அதில் ஹோப் டைமண்ட் என்று மிகப் பெரிய வைரம் உள்ளது. அது எங்கு கிடைத்தது என்றால், வேறெங்கு இந்தியாவில்தான். அதோடு அந்த அருங்காட்சியகத்தில் அந்தக் கால மன்னர்கள் பயன்படுத்திய தங்க, வைர, ரத்தின ஆபரணங்கள் பல காட்சிக்கு வைக்கப்பட்டிருக்கின்றன. உலகத்தின் எந்த மன்னர் அணிந்திருந்தாலும் அவை இந்தியா அல்லது இலங்கையிலிருந்து வந்தவைதான் என்பதை அங்கே எழுதி வைத்துள்ளனர். ஆப்பிரிக்கா, பெல்ஜியம் ஆகிய இடங்களிலிருந்து வைரங்கள் வந்தது சமீபக் காலங்களில்தான்.

உலகத்தின் மிகப் பெரிய, மிக விலைமதிப்புள்ள வைரமான கோஹினூர் வைரமும் இந்தியாவைச் சேர்ந்ததுதானே! ஹைதராபாத் பக்கத்தில் உள்ள கோல்கொண்டாவில் வைரங்கள் கொட்டிக் கிடந்தன. ஆனால் அதனை வெட்டி முடித்து விட்டனர். நான் லண்டன் சென்றிருந்தபோது அங்கே இருந்த **டவர்** என்று அழைக்கப்படும் பிரிட்டிஷ் அரசர்களின் கோட்டையில் கோஹினூர் இன்னும் அரசியின் கிரீடத்தில் ஜொலிக்கிறது. காட்சிப் பொருளாக வைத்திருந்த அதனைப் பார்த்த எனக்கு ஆத்திரம் தாங்கவில்லை. என்ன செய்ய முடியும்? நம் சொத்துகளெல்லாம் இப்படிக் கொள்ளையடிக்கப்பட்டுப் பல நாடுகளுக்குப் போய்ச் சேர்ந்திருக்கின்றன.

கோஹினூர் வைரத்தைப் பற்றிய என்னுடைய பழைய பதிவைப் படிக்கக் கீழே உள்ள QR குறியீட்டை ஸ்கேன் செய்யுங்கள்!

Scan Me

இப்படிப் பிரசித்தி பெற்ற இலங்கை இரத்தினபுரிக்குப் போக எனக்கு ஆசை! அதைத்தான் வந்தபோது அம்ரியிடம் சொல்லியிருந்தேன்.

"சார், ரத்தினபுரி போக முடியுமான்னு தெரியல. இன்னும் நீங்கள் பார்க்க வேண்டிய முக்கிய இடங்கள் நிறைய இருக்கின்றன. ரத்தினபுரியின் வைரங்கள், நவரத்தினங்கள் இங்கேயே நம்பிக்கையான இடத்தில் கிடைக்கும். வாருங்கள் பார்க்கலாம்!"

வெள்ளைக்காரத் தம்பதியரிடத்தில் விடைபெற்றுக் கொண்டு நான் அம்ரியுடன் கிளம்பினேன்.

திரும்பவும் ஆற்றங்கரையிலிருந்து திரும்பும் வழியில் பலவிதப் பரிசுப் பொருட்கள் விற்கும் கடைகள் இருபுறமும் இருந்தன. நாங்கள் போன கண்ணாடி ரெஸ்டாரண்ட் அருகிலேயே ஒரு சிறிய நகைக் கடை இருந்தது. அதனுள் நுழைந்தோம். சிறிய கடையாக இருந்தாலும் ரத்தின நகைகள் கண்ணைப் பறித்தன. சிறிய கண்ணாடிப் பெட்டியில் மேலிருந்து வந்த ஃபோகஸ் லைட்டின் ஒளியால் அவை ஜொலி ஜொலி என ஜொலித்தன. எல்லாவற்றையும் ஒதுக்கிவிட்டு நவரத்தின மோதிரம் வேண்டும் என்று கேட்டேன். கடைக்காரர் கேள்வி கேட்க ஆரம்பித்தார்.

"உங்கள் விரல் சைஸ் என்ன?"

"ஐயையோ! தெரியாது."

"பிரச்சினையில்லை. அளந்து கொள்ளலாம்."

(அளந்து பார்த்து) "உங்கள் மோதிர விரல் சைஸ் 7. ஞாபகம் வைத்துக் கொள்ளுங்கள்" என்று சொல்லிச் சிரித்தார்.

"எதுக்கு சிரிக்கிறீங்க?"

"இல்ல, ரொம்ப சின்னதா இருக்கு. இது கிட்டதட்ட பெண்கள் சைஸ்."

எனக்கு உடனே வெட்கமும் துக்கமும் சேர்ந்தே வந்துச்சு. 'என்னடாது! பல மேடைகள்ல பேச குரல் கொடுத்த ஆண்டவன் இப்படி விரல்ல சோதிச்சிட்டானே.'

"நல்லதுதானேங்க, எடை குறைவா மோதிரம் வாங்குனா போதும்" என்று சமாளித்தேன். ஒரு நவரத்தின மோதிரத்தையும் வாங்கிக் கொண்டேன்.

என்னவோ கண்ணை மூடிச் சொல்லிவிட்டு, கண்களில் ஒற்றிவிட்டு இரு கைகளாலும் கொடுத்தார். நானும் இரு கைகளை நீட்டி வாங்கிக் கொண்டு உடனே அணிந்து கொண்டேன். எனக்கு மிகவும் பிடித்திருந்தது.

நான் ஏற்கெனவே அது மாதிரி மோதிரங்களை அணிந்திருந்த பலரைப் பார்த்திருக்கிறேன். அந்த மோதிரங்களில் உள்ள கற்கள் மிகவும் சிறியவையாக இருக்கும். ஆனால் நான் வாங்கிய மோதிரத்தில் கற்கள் பெரியவையாகவும் ஒளி நிறைந்தவையாகவும் இருந்தன.

முதன் முதலில் நான் ஏமாறாமல் வாங்கிய இந்த நவரத்தின மோதிரம் நன்றாகவே இருந்தது எனக்கு மகிழ்ச்சியளித்தது.

மோதிரத்தை வாங்கும்போது கூட இருந்து கவனித்த அம்ரி, "சார், நல்லா பேரம் பேசி வாங்குறீங்களே!" என்றான்.

நான் ஏமாந்த கதைகளைச் சொல்லி என்னை நானே குறைத்துக் கொள்ள விரும்பாமல் ஒரு புன்னகையை உதிர விட்டுவிட்டுக் கீழிறங்கி நடந்தேன்.

ஆற்றங்கரையிலிருந்து மெயின் ரோட்டுக்கு வந்த சாலையில் இருபுறமும் சுவினியர் கடைகள் இருந்தன. அதனை வேடிக்கை பார்த்துக் கொண்டே வந்தேன். திடீரென ஞாபகம் வர, "அம்ரி, இங்கு யானைத் தந்தம் கிடைக்குமா?" என்று கேட்டேன்.

"சார், கிடைக்கும் ஆனால் கிடைக்காது!"

"நீயும் அந்தப் படத்தை பாத்திட்டியா? சரி, விளங்குற மாதிரி சொல்லு!"

"சார், கள்ள மார்க்கெட்டில் கிடைக்கும். ஆனால் என்ன, நீங்கள் கள்ளத் தோணியில்தான் போக முடியும்."

"ஐயையோ! ஏன்?"

"தந்தம் ஒரு தடை செய்யப்பட்ட பொருள். ஏற்றுமதி செய்ய முடியாது, வெளிநாடுகளுக்கு எடுத்துச் செல்ல முடியாது."

"அட, இங்கேயுமா?"

எத்தனை யானைகள் இங்கு இருக்கு! ஆஹா! யானைகளும் இருக்கு, தந்தமும் இருக்கு, ஆனால் எடுத்துச் செல்ல முடியாது!

"சரி அம்ரி, கிளம்பலாமா? அடுத்து எங்கே?"

"அடுத்து கண்டிதான்."

"அடுத்து கண்டி? அப்ப எடு வண்டி!"

"போகிற வழியில் ஒரு அழகிய தோட்டம் இருக்கிறது."

"தோட்டமா? அதெல்லாம் வேண்டாம்!"

“இல்லை சார், இது கண்டி ராஜா அமைத்த ராயல் பொட்டானிக்கல் கார்டன்.”

“அப்படியா அப்ப அவசியம் போகலாம்!”

கார் கிளம்பி வேகமெடுத்தது.

வைரத்துக்கும் ரத்தினத்துக்கும் நடந்த சண்டை!

கையில் மின்னிய நவரத்தின மோதிரத்தைக் கொஞ்சம் பெருமையுடன் (பரதேசி! நீ ஒரு அல்பம்டா) பார்த்துக் கொண்டே காரில் ஏறினேன். அப்படியே கொஞ்சம் அசந்து விட்டேன். வலது கைப் பாம்பு விரலில் உட்கார்ந்து கொண்ட அந்த மோதிரம் பக்கத்தில் இருந்த வைர மோதிரத்தைக் கேலி செய்வது போல் தெரிந்தது.

வை.மோ.: என்ன, என்னைப் பார்த்து இளிக்கிற?

ந.மோ.: இல்லை... என் பளபளப்புக்கு முன்னால் உன் பகட்டு எடுபடவில்லையே என்று பார்த்தேன்.

வை.மோ.: என்ன திமிரா? என்னைக்கும் வைரம் வைரம்தான்.

ந.மோ.: இருந்தாலும் என்னுடைய மினுமினுப்பும் பளபளப்பும் உனக்கு வருமா?

வை.மோ.: புது மோஸ்தரில் நீ அப்படித் தெரிகிறாய். இன்னும் ரெண்டு நாளில் நீயும் இப்படித்தான் ஆகி விடுவாய்.

ந.மோ.: நீ தள்ளுடா! ரொம்ப நெருங்கினே, செக்ஸ் அப்யூஸ்ல கேஸ் போடுவேன்.

வை.மோ.: மோதிரவிரலில் இருக்கும் நான்தாண்டி நிரந்தரம்.

ந.மோ.: நான் பாம்பு விரலில் இருக்கிறேன், கொத்திடுவேன்.

இரண்டும் சண்டை போட்டு மோதிக்கொள்ள, நவரத்தின மோதிரத்தில் இரண்டு கல்லும் வைர மோதிரத்தில் ஒரு கல்லும் கீழே விழுந்து உருண்டோட, நான் திடுக்கிட்டு எழுந்தேன். மோதிரங்களை உடனே சரி பார்த்தேன். இரண்டும் அதனதன் விரலில் இருந்து கொண்டு என்னைப் பார்த்துச் சிரித்தன. கற்கள் எதுவும் காணாமல் போகவில்லை. ஆனாலும் சட்டென்று புது ந.மோ-வை உருவி இடது கையில் உள்ள மோதிரவிரலில் போட்டு விட்டேன். இனிமேல் சண்டை போட மாட்டார்கள்.

சிரித்துக் கொண்டே, "சாரி அம்ரி" என்றேன்.

"ஏன் சார் சாரி சொல்றீங்க?"

"இல்ல, டிரைவர் பக்கத்தில் உட்கார்ந்து கொண்டு தூங்கக்கூடாது. தூங்கினால் டிரைவருக்கும் தூக்கம் வருகிறதால் போய்ச் சேருகிற இடம் எதிர்பாராத இடமாய் விடும்னு பெரியவங்க சொல்லியிருக்காங்க."

"சார், ஒண்ணும் கவலைப்படாதீங்க! எனக்கு நல்லா பழக்கம் இருக்கு. உங்களை பத்திரமாக மேலே கொண்டு சேர்த்திர்றேன்."

"பத்திரமா?... அதுவும் மேலே போய் சேத்துருவே?..."

"ஆமா சார்!"

"என்ன அம்ரி, அதத்தானே நானும் சொன்னேன்? மேலே போய் சேத்துராதேன்னு?"

"சார், தப்பா எடுத்துக்கிட்டிங்க! அந்த மேலே இல்லை சார், மலை மேல."

"என்ன மலை மேலயா? நீ ஏதோ ராயல் கார்டனுக்குக் கூட்டிப் போறேன்னு சொன்ன?"

"ஆமா சார், அங்கதான். மலை மேலதான் இருக்கு."

"அப்ப கண்டி போலயா?"

"இது போற வழிதான் சார்! கண்டி மலைவாசஸ்தலம்னு உங்களுக்குத் தெரியாதா?"

"அம்ரி, நிஜமாவே 'கண்டி' மலைன்னு எனக்குத் தெரியாதுப்பா! எப்பவும் எந்த நாட்டுக்குப் போனாலும் நல்லா ரிசர்ச் பண்ணிட்டுத்தான் போவேன். ஆனா இலங்கை கடைசி நிமிஷத்தில முடிவு பண்ணதாலே எதுவும் பண்ணல. அதோட நீதான் இருக்கியே! நீ பார்த்துக்குவன்னு ஒரு திருப்தியோட வந்து இறங்கிட்டேன்."

பேசிக்கொண்டே இருக்கும்போது இருபுறமும் இருந்த பச்சைக் கம்பளம் போர்த்த இயற்கையழகைப் பருகிக் கொண்டே போனேன். வழியில் காடும் மலையும் வயலும் இணைவது போல் ஓரிடம் வந்ததும் அங்கே நிறுத்தச் சொன்னேன். இறங்கிச் சில நிமிடங்கள் இயற்கையை சுவாசித்து விட்டுப் படங்களை எடுத்துவிட்டுப் பயணத்தைத் தொடர்ந்தோம்.

சிறிது நேரத்தில் ஒரு பிரிவில் அழகிய ஊர் வந்தது. "அம்ரி, பசியெடுக்கிறது. எங்கேயாவது நிறுத்துப்பா" என்றேன்.

அம்ரி, "எனக்கும் பசிக்குது சார்" என்று சொல்லி அடுத்து வந்த ஒரு உணவுக்கடையில் நிறுத்தினான். பாய் கடை என்று பார்த்தாலே தெரிந்தது.

“அம்ரி, பாய் பிரியாணி சாப்பிட்டு நாளாச்சு. ஒரு பிடி பிடிப்போம்” என்று சொல்லி ஆர்டர் செய்தேன்.

சுமாராகவே இருந்தாலும் பசி நேரத்தில் அதையெல்லாம் பார்க்காமல் உண்டு முடித்து, பயணத்தைத் தொடர்ந்தோம். அதனைத் தாண்டியதும் வண்டி மலையேற ஆரம்பித்தது. எனக்குக் கொடைக்கானல் மலைதான் ஞாபகம் வந்தது. மரங்களும் செடிகளும் கொடிகளும் பச்சைப் பசேலென்று சூழ்ந்து மிகப் பெரிய ஒரு வரவேற்புப் பலகை “வெல்கம் டு சென்ட்ரல் புரொவின்ஸ்” என்றது அழகாக இருந்தது. பாதையெங்கும் மரகதப் பச்சை ஜொலித்தது. அப்படியே பெரிய ஒரு ஊருக்கு வந்து சேர்ந்தோம். டூரிஸ்ட்டுகள் கூட்டம் அலைமோதியது. பார்க்கிங் கிடைக்காததால் அம்ரி காரில் தங்கி விட, நான் இறங்கி டிக்கெட் வாங்கிக் கொண்டு உள்ளே சென்றேன்.

அந்த ஊரின் பெயர் **பேராதனை** (Peradeniya). இங்குதான் பொட்டானிக்கல் கார்டன் இருக்கிறது. தோட்டத்தின் பின்னணியைப் பார்த்துவிட்டு உள்ளே போவோம்.

இந்த ஊர் கண்டியிலிருந்து 5.5 கி.மீ தூரத்தில் இருக்கிறது. மகாவெளி ஆற்றினருகில் அமைந்திருக்கும் இந்தத் தோட்டத்திற்கு ஒரு ஆண்டில் குறைந்த பட்சம் 20 லட்சம் டூரிஸ்ட்டுகள் வருகின்றனர். இந்த மகாவெளி ஆறுதான் இலங்கையில் பாயும் ஆறுகளில் நீளமானதாம். இந்தத் தோட்டம் ஆர்க்கிட் எனும் பூ வகைகளுக்கு மிகவும் பெயர் பெற்றதாம். 150 ஏக்கரில் அமைந்திருக்கும் இந்தத் தோட்டம் கடல் மட்டத்திலிருந்து சுமார் 460 மீட்டர் உயரத்தில்

இருக்கிறது. 4000-க்கும் மேற்பட்ட தாவரங்கள் இங்கே இருக்கின்றன.

முதன் முதலில் கி.பி.1371-இல் மூன்றாவது விக்கிரமபாகு என்ற மன்னன் பேராதனையில் ஆற்றங்கரை அருகில் தன் அரசவையை அமைத்தான். அவனைத் தொடர்ந்து வந்த மன்னர்கள் கீர்த்தி ஸ்ரீ, ராஜாதி ராஜசிங்கே ஆகியோரும் இங்கேயே தொடர்ந்தனர். அப்போது அவர்கள் உலவுவதற்காக இந்தத் தோட்டம் உருவாக்கப்பட்டது. ராஜா விமலதர்மா இங்கே ஒரு கோவிலைக் கட்டினான். ஆனால் இப்படி அருமையான இயற்கைச் சூழ்நிலையில் ஆட்சி சிறப்பாக இருந்தபோதுதான் பிரிட்டிஷ் ராணுவம் உள்ளே நுழைந்தது. வெள்ளைக்காரன் உள்ளே நுழைந்தால் தீமையும் இருக்கும் நன்மையும் பிறக்குமல்லவா?

ஐந்தாம் ஜார்ஜ் மன்னர் நட்ட பீரங்கிக் குண்டு மரம்!

வெள்ளைக்காரன் நுழைந்ததால் நடந்த தீமை, ராஜா விமலதர்மா கட்டிய கோவில் அழிக்கப்பட்டது. அதே சமயத்தில் கிடைத்த நன்மை, சிறிய ஒரு தோட்டமாக இருந்த இடம் முற்றிலுமாக மாற்றி அமைக்கப்பட்டு விரிவாக்கப்பட்டது.

கி.பி.1821-இல் அலெக்சாண்டர் மூன் என்பவரால் இது திட்டமிடப்பட்டு, முதலில் காபி மற்றும் இலவங்கம் விளையும் எஸ்டேட்டாக அமைக்கப்பட்டது. ஆனால் கி.பி.1823-இல்தான் ஒரு தாவரவியல் பூங்காவாக (Botanical Garden) உருவாக்கம் பெற்றது. அதற்காகக்

கியோ கார்டன், ஸ்லேவ் ஐலண்ட், கொழும்பு, கழுதாரா எனப் பல இடங்களிலிருந்து செடிகள் கொண்டு வரப்பட்டன.

அதன் பின்னர் பிரிட்டிஷ் அரசு 1844-இல் ஜார்ஜ் கார்டனர் என்பவரை இந்தத் தோட்டத்தின் பொறுப்பாளராக நியமித்தது. இதில் வேடிக்கையைப் பார்த்தீர்களா? பேரைக் கவனியுங்கள்! இவர் தோட்ட வேலை நன்றாகச் செய்வார் என்று குழந்தையிலேயே தெரிந்ததால் ‘கார்டனர்’ என்று பெயர் வைத்தார்களா அல்லது அப்படிப் பெயர் வைத்ததால் இவர் தோட்டக்கலையில் நுழைந்தாரா என்பது தெரியவில்லை. ஆனால் சிறப்பாகச் செயல்பட்டிருக்கிறார் என்பது மட்டும் தெள்ளத் தெளிவாகத் தெரிந்தது. அவர் தன் இறுதிக்காலம் வரை இங்கு சூப்பரின்டெண்டெண்டாக வேலை பார்த்தார். அதன் பின் தொடர்ந்து பல பேர் அதே பணியில் திறம்படச் செயலாற்றினார்கள். 1912-இல் அக்ரிகல்ச்சர் டிபார்ட்மெண்ட்டின் கீழ் இது வந்தது.

இன்னொரு கொசுறுத் தகவல் என்னவென்றால் இரண்டாம் உலகப்போர் நடந்தபோது லூயிஸ் மௌண்ட் பேட்டன் பிரபு தெற்காசியா முழுவதற்கும் சுப்ரீம் கமாண்டராக நியமிக்கப்பட்டார். அந்தச் சமயத்தில் இந்தத் தோட்டத்தைத்தான் தன் தலைமையிடமாகப் பயன்படுத்தினார்.

“சார்! சீக்கிரமாக வந்து விடுங்கள்! நாம் கண்டி போக வேண்டும்” என்று சொன்னான் அம்ரி.

நான் உள்ளே நுழைந்தேன். நெருக்கமாக அமைக்கப்பட்டிருந்த செடி கொடிகள் மரங்களுக்கிடையே அருமையாகப் பாதை

அமைத்திருந்தனர். சிலுசிலுவென அடித்த காற்றுக்கிடையில் தோட்டத்தின் மெலிதான இசை தாலாட்டுப் பாட ஏதாவது பனைமரத்தின் அடியில் படுத்து விடலாமா என்று நினைக்கும் அளவிற்குச் சொக்கியது. பாய் பிரியாணியின் வேலையாயும் இருக்கலாம். இங்கு பிரியாணியை புரியாணி என்றுதான் சொல்லுகிறார்கள்.

பீரங்கிக் குண்டு மரம்

ஒரு இடத்தில் கூட்டமாக இருந்தது. அங்கு கூட்டத்தினருடன் வந்த ஒரு கைடு சொன்னதை ஒற்றுக் கேட்டதில் அந்த மரம் ஐந்தாம் ஜார்ஜ் மன்னரும், அரசி

மேரியும் அங்கு 1901-இல் வந்த சமயம் நடப்பட்டதாம். மரத்தின் பெயர் **பீரங்கிக் குண்டு மரம்** (Cannon Ball Tree) என்பது. அந்த மரத்தின் பழங்கள் பீரங்கிக் குண்டுகளைப் போல் கறுப்பாக உருண்டையாக இருப்பதால் அந்தப் பெயர்.

இந்த மாட்சிமை தங்கிய ஐந்தாம் ஜார்ஜ் மன்னருக்கு நடுவதற்கு வேறு மரமே கிடைக்கவில்லையா?

இந்தத் தோட்டம் இப்போது டிபார்ட்மெண்ட் ஆஃப் நேஷனல் பொட்டானிக் கார்டன் என்ற அரசு நிறுவனத்தால் பராமரிக்கப்பட்டு வருகிறது.

சுருக்கமாக ஒரு பார்வை பார்த்து விட்டு வெளியே வந்தேன். அம்ரியைத் தேடிக் கண்டுபிடிப்பதற்குச் சிறிது நேரம் பிடித்தது. ஏராளமான கார்கள் இருந்தன. எதிர்த்தாற்போல் ஒரு அழகிய கட்டடம் இருந்தது. ஒருவேளை கண்டி ராஜாக்களின் அரண்மனையோ என்று அம்ரியிடம் கேட்டேன். அவனுக்கு அதைப் பற்றித் தெரியவில்லை.

"அம்ரி, ஒரு ஐந்து நிமிடத்தில் வந்து விடுகிறேன்" என்று அந்தக் கட்டடம் உள்ளே நுழைந்தேன். பழைய கட்டடம். ஆனால் நன்கு பராமரிக்கப்பட்டு இருந்தது. இப்போது ஹோட்டலாகச் செயல்பட்டு வருகிறதாம். அந்தக் கட்டடத்தின் பாரம்பரியத்தைப் பற்றி யாருக்கும் தெரியவில்லை.

ஆனால் சுவர்களில் பழைய கண்டி ராஜாக்களின் புகைப்படங்களை மாட்டி வைத்திருந்தார்கள். ஓரிரு படங்களை மட்டும் என்னுடைய ஐ-போனில் கிளிக்கி விட்டு நகர்ந்தேன்.

காரில் ஏறியதும் கார் மெதுவாக நகர்ந்தது. டிராபிக்கும் நிறைய இருந்தது. அந்த முழு ஊருமே ஒரு தோட்டம் போலத்தான் இருந்தது. அங்கிருந்து வெளியே வந்து கண்டி செல்லும் சாலையில் விரைந்தோம்.

அழகிய கண்டிக்குள்ளே நுழையும் முன்பு கண்டி ராஜ்ஜியத்தினைப் பற்றி யோசனை வந்தது. குறிப்பாக, பேராதனையில் கம்பீரமான கண்டி அரசர்களைப் பார்த்தவுடன், அவர்களைப் பற்றி மேலும் தெரிந்து கொள்ள ஆவல் பிறந்தது.

இதோ அவற்றை உங்களுடன் பகிர்ந்து கொள்கிறேன். **கண்டி ராஜ்ஜியம்** என்பது இலங்கைத் தீவில் இருந்த சுதந்திர ராஜ்ஜியமாகும்.

இந்த ராஜ்ஜியம் 15-ஆவது நூற்றாண்டில் ஆரம்பித்தது. 19-ஆம் நூற்றாண்டு ஆரம்பம் வரை செழித்து இருந்தது.

டச்சுக்காரர்களும், பிரிட்டிஷ்காரர்களும் வந்து முழுமையாக ஆக்கிரமிக்கும் வரை இது தனித்துவத்துடன் நன்றாக இருந்தது.

முற்றிலும் மலை சூழ்ந்த நாடான இதனை டச்சுக்காரர்களால் நெருங்கவே முடியவில்லை. பிரிட்டிஷ்காரர்களுக்கும் சிம்ம சொப்பனமாகவே விளங்கிய இந்த ராஜ்ஜியத்தில் பல தளபதிகள் கொரில்லாப் போர் புரிந்ததால் இதனைக் கட்டுக்குள் கொண்டு வருவது மிகவும் கஷ்டமாகவே இருந்தது.

இதிலே இன்னொரு ஆச்சரியம் என்னவென்றால் இந்த நாட்டுக்கும் தமிழ்நாட்டுக்கும் மிகுந்த தொடர்பு இருந்தது. அதுவும் குறிப்பாக, மதுரைக்கு இருந்தது.

யாழ்ப்பாண நாடான ஜாஃப்னா, கண்டி, மதுரை ஆகியவற்றுக்கு இடையில் இருந்த தொடர்பைப் பார்க்கலாம் வாருங்கள்!

கண்டி ராஜ்ஜியம் உருவான கதை

ஆரம்பக் காலத்தில் இது கொழும்பு - கோட்டே ராஜ்ஜியத்தின் ஒரு பகுதியாக இருந்தாலும் படிப்படியாக வளர்ந்து தனி ராஜ்ஜியமானது. 16 மற்றும் 17-ஆம் நூற்றாண்டுகளில் நடந்த பல குழப்பங்களுக்கிடையே சில சமயங்களில் யாழ்ப்பாண ராஜ்ஜியம் மற்றும் சில சமயங்களில் மதுரையில் ஆண்ட நாயக்க மன்னர்கள் ஆகியோரோடு கைகோத்துத் தன்னை நிலைப்படுத்திக் கொண்டது கண்டி.

போர்த்துக்கீசியர் மற்றும் டச்சுக்காரர்களிடம் நட்பு பாராட்டியது. 1590 முதல் பல காலம் தனி ராஜ்ஜியமாக இருந்து கொரில்லாப் போர் மூலம் தன்னைப் பாதுகாத்து வந்த கண்டி ராஜ்ஜியம், இறுதியில் 1818-இல் பிரிட்டிஷ் காலனி ஆதிக்கத்துக்குள் வந்தது. 1815-இல் நடந்த ஒப்பந்தத்தை மீறி 1817-இல் நடந்த புரட்சி

முறியடிக்கப்பட்ட பின் பிரிட்டிஷார் இந்த ராஜ்ஜியத்தை முழுவதுமாகத் தன் வசப்படுத்தினர். இதன் ஆரம்பத்தைக் கொஞ்சம் பார்க்கலாமே!

மூன்றாவது விக்கிரமபாகு (1357-1374) ஆண்ட காலத்தில் செங்கடகலபுரம் என்ற நகர் உருவாக்கப்பட்டது. இது 14-ஆம் நூற்றாண்டின் மத்திய காலம் என்று சொல்லலாம். 15-ஆம் நூற்றாண்டின் ஆரம்பத்திலிருந்து 16-ஆவது நூற்றாண்டின் இறுதி வரை மத்திய இலங்கையில் கோட்டே ராஜாக்களின் ஆட்சி கொடிகட்டிப் பறந்தது. ஆனால் போர்த்துக்கீசியரின் வருகைக்குப் பின் சிறிது சிறிதாகக் கோட்டே ராஜ்ஜியம் தன் செல்வாக்கை இழந்தபோது செங்கடகலபுரத்தைத் தலைநகரமாகக் கொண்டு ஒரு தனி நாடு சுதந்திரமாகச் செயல்பட ஆரம்பித்தது. 1521-இல் விஜயபாகு தன்னை முழுவதுமாக பலப்படுத்திப் பக்கத்து இடங்களையெல்லாம் பிடித்துக் கண்டி ராஜ்ஜியத்தை நிறுவினான்.

விஜயபாகுவின் தாக்குதலுக்குப் பின் கோட்டே ராஜ்ஜியம் மூன்றாகப் பிரிந்து போனது. சித்தவாகா, ராய்காமா, ஏழாவது புவனேகபாகு தலைமையில் எஞ்சிய கோட்டே பகுதிகள் என்று பிரிந்த மூன்றும் ஒன்றையொன்று எதிரிகளாகப் பார்த்தன. இதில் மாயாதுன்னே தலைமையில் வீறிட்டு எழுந்த சித்தவாகா ராஜ்ஜியம் பலமாக இருந்தது. 1522-இல் போர்த்துக்கீசியர் வந்தபோது அவர்களுடன் ஒப்பந்தம் செய்து கொண்டு சித்தவாகாவின் தாக்குதலிலிருந்து பாதுகாக்கும்படி கண்டி ராஜ்ஜியம் வேண்டிக் கொண்டது. வெள்ளைக்காரர்களை நம்ப முடியுமா?

அவர்கள் கோட்டே நாட்டுடன் ஒன்றிணைந்து கண்டியை 1546-இல் தாக்கினர். அதனைத் தொடர்ந்து 1560-இல் போர்த்துக்கீசியருக்கு எதிராக எழுந்த யாழ்ப்பாண நாட்டுக்குக் கண்டி உதவியது.

சித்தவாகாவின் மன்னன், முதலாவது ராஜசிங்கே போர்த்துக்கீசியர்களை முறியடித்துக் கண்டியைத் தன்னுடைய நாட்டுடன் இணைத்துக் கொண்டான். வீழ்ந்துபட்ட கண்டி மன்னன் மூன்றாவது ஜெயவீரா தன் நட்பு நாடான யாழ்ப்பாணத்துக்குத் தன் மகளான குசுமாசன தேவி மற்றும் மருமகன் யமசிங்கே பண்டாரா ஆகியோருடன் தப்பிச் செல்ல முயன்றான். ஆனால் போர்த்துக்கீசியரின் போர்க்கப்பல் வழிமறித்து அவர்களைச் சிறைப்பிடித்தது. தாங்கள் உயிர் பிழைக்க அவர்கள் இருவரும் கிறிஸ்தவ மதத்திற்கு மாறவே அவர்கள் இருவரின் பெயர்களும் மாற்றப்பட்டன. கரலியத்தே குமார பண்டாரா என்ற மூன்றாம் ஜெயவீரா, டான் ஃபிலிப் என்றும் குசுமாசன தேவி, டானா கேத்தரினா என்றும் பெயர் மாற்றம் பெற்றார்கள்.

கண்டியைப் பிடித்த சித்தவாகா நாட்டுக்கு அதனைக் கட்டுப்படுத்தி ஆள்வது கடினமாக இருந்தது. கண்டியின் சிறு பகுதிகளுடைய தலைவர்களால் ஆங்காங்கே குழப்பங்களும் கலகங்களும் தூண்டப்பட்டு வந்தன. இதில் ராஜசிங்கேவின் தளபதியாகவும் கண்டியின் ஆளுநராகவும் இருந்த வீரசுந்தர முடியன்சே தானே சுதந்திரமாக ஆட்சி செய்ய விரும்பி ராஜசிங்கேவுக்கு எதிராகக் களமிறங்க, அந்தப் புரட்சி அடக்கப்பட்டு ராஜசிங்கேவின் ஆட்களால் வீரசுந்தரா கொலை செய்யப்பட்டான். இது நடந்தது 1588-இல். ஆனால் தப்பிச் சென்ற

வீரசுந்தராவின் மகன் கொன்னப்பு பண்டாரா பிறகு கண்டியைப் பிடிக்க முயலுகிறான். இதற்கிடையில் 1592-இல் போர்த்துக்கீசியர் கண்டியைப் பிடித்துக் கொள்ள, கொன்னப்புக்கு இப்போது இரண்டு எதிரிகள் ஆகினர். ஆனால் விடாமுயற்சியோடு போராடி 1594-இல் இருவரையும் முறியடித்த கையோடு டோனா கேத்தரீனாவைத் திருமணம் செய்து கொள்கிறான் கொன்னப்பு. இதன் மூலம் பழைய அரசக் குடும்பத்துடன் ஒன்றிணைந்து எல்லோராலும் ஒரு மனதாக ஏற்றுக் கொள்ளப்பட்டு முதலாவது விமல தர்மசூரியா என்ற பெயரில் கண்டியின் அரசனாகினான்.

விமலதர்ம சூரியா பலத்துடன் ஆட்சி செய்ய ஆரம்பிக்க, போர்த்துக்கீசியர் அவனை விட்டுவிட்டு யாழ்ப்பாண அரசைப் பிடித்து அங்கு ஆண்ட புவிராஜா பண்டாரத்தைப் பதவி நீக்கம் செய்து எதிரியான சிங்கம் என்ற அவனுடைய மகனை பொம்மை ராஜாவாக அரியணையில் அமர்த்துகிறார்கள். இதற்கிடையில் சித்தவாகாவின் பலமாக விளங்கிய முதலாம் ராஜசிங்கே இறந்து விட, அந்த நாடும் அப்படியே சிதைந்து போனது. அப்போது முழு இலங்கையிலும் கண்டி மட்டுமே ஐரோப்பியர் ஆக்கிரமிக்க முடியாத பலம் பொருந்திய சுதந்திர நாடாக விளங்கியது.

சீரும் சிறப்புமிக்க ஆட்சி செய்த விமலதர்ம சூரியாவின் காலத்தில்தான் அவனுடைய முயற்சியில் புத்தரின் பல் அங்கு கொண்டு வரப்பட்டுப் பெரிய ஒரு கோவில் கட்டப்பட்டு அதில் பாதுகாக்கப்பட்டது.

இந்தப் பல்லைக் கொண்டு வந்தது யாருன்னு சொல்றதுக்குத்தான் இவ்வளவு கதையையும் சொல்ல வேண்டியதாயிருச்சு. இந்தப் பல்லைப் பாதுகாக்கப்

படாத பாடு பட்ட கதையினையும் பல்லாயிரம் பேர் அழிந்த கதையையும் நான் சொல்லித்தான் ஆகணும். ஏன்னா கண்டியில் நான் பார்க்கப் போற முக்கியமான இடம் அந்தப் பல் கோவில்தான்.

'என்னடா, கண்டியை ஆண்டது தமிழ் மன்னர்கள் ஆச்சே? ஒரே சிங்களக் கதையா நான் சொல்றேனே'ன்னு கேக்கறீங்களா? நீங்க நினைப்பது சரிதான். மதுரை நாயக்க வம்சத்தைச் சேர்ந்த தமிழ் மன்னர்களின் பரம்பரைதான் கண்டியைக் கடைசியாக ஆண்டார்கள். தமிழ் - தெலுங்கு மன்னர்கள் என்றும் சொல்லலாம். அவர்கள் எப்படிக் கண்டியின் ஆட்சிக்கு வந்தார்கள் என்பதைப் பார்த்து விடலாம். அவர்களின் அரண்மனையையும் பார்க்கப் போகிறோம் என்பதால் இது மிகவும் அவசியமான செய்தி என்று நினைக்கிறேன்.

கண்டியை ஆண்ட மதுரை நாயக்க வம்சம்!

விமலதர்ம சூரியாவின் ஆட்சி தொடங்கி அடுத்து வந்த இருநூறு வருடங்கள் போர்த்துக்கீசியருக்கும் கண்டிக்கும் தொடர்ந்து சண்டை நடந்து கொண்டே இருந்தது. இதில் சில சமயம் டச்சுக்காரர்கள் சில சமயம் டேனிஷ்காரர்கள், கண்டிக்கு உதவி செய்தார்கள். நடுவில் போர்த்துக்கீசியர் சில காலம் கண்டியைப் பிடித்தும் வைத்திருந்தார்கள்.

விமலதர்மாவுக்குப் பின் அவருடைய உறவினர் சேனரத்தனா, அவர் மகன் இரண்டாம் ராஜசிங்கே, அவன் மகன் இரண்டாம் விமலதர்ம சூரியா, அவன் மகன் வீரநரேந்திர சிங்கே ஆகியோர் தொடர்ந்து ஆண்டனர். அது வரைக்கும் எந்த வாரிசுப் பிரச்சினையும் எழவில்லை. ஆனால் வீரநரேந்திர சிங்கே 1739-இல் இறந்தபோது வாரிசுப் பிரச்சினை ஆரம்பித்தது. இவனுக்கு யுனம்புவே பண்டாரா என்ற மகன் இருந்தான். ஆனால் இவனை வாரிசாக ஏற்றுக் கொள்ள மறுத்தனர். ஏனென்றால் இவன் சிங்களத் துணைவிக்குப் (Concubine) பிறந்தவன். அதோடு அந்த சிங்களப் பெண் அரச வம்சத்தைச் சேராத, ஒரு தாழ்த்தப்பட்ட சாதிப் பெண். கண்டி ராஜ்ஜியத்தில் தந்தை, தாய் இருவரும் ஷத்திரிய குலமாக இருக்க வேண்டும் என்ற ஒரு பாரம்பரியத்தைக் காலங்காலமாகப் பின்பற்றி வந்தனர்.

இந்தப் பிரச்சினையைச் சமாளிக்க அங்கிருந்த புத்த பிக்கு வெளிவிட்டா சரங்கரா என்பவர் நரேந்திரனின் மூத்த மனைவியருள் ஒருவரின் சகோதரனை மன்னனாக்கினார். அந்த மனைவி தமிழும் தெலுங்கும் பேசும் மதுரை நாயக்க மன்னரின் குடும்பம் என்பதால் அப்போதிருந்து ஒரு புதிய வம்சம் கண்டியை ஆள ஆரம்பித்தது. அதன் முதல் மன்னன் **ஸ்ரீ விஜயராஜ சிங்கே** என்பவன்.

இப்படித்தான் மதுரை நாயக்க வம்சம் கண்டியை ஆள ஆரம்பித்தது. இப்பொழுதும் இந்த நாயக்க வம்சப் பெயர்கள் சில சிங்களப் பெயர்களில் இருப்பதைக் கவனித்திருப்பீர்கள். 'பண்டார நாயகே' என்பது அதில் ஒன்று. விஜயராஜ சிங்கேவும் அவனுக்குப் பின் வந்தவர்களும் முக்கியப் பதவிகளில் நாயக்கர்களை நியமித்ததால் ஆங்காங்கே எதிர்ப்புகளும் பிரச்சினைகளும் எழுந்தன. ஆனால் இவர்கள் புத்த மதத்தையும் கண்டி கலாச்சாரத்தையும் தொடர்ந்து பின்பற்றியதால் அவர்களை ஒன்றும் செய்ய முடியவில்லை.

டச்சுக்காரர்களுடன் ஒரு பக்கம் சண்டை நடந்து கொண்டே இருந்தது. அதன் பின் டச்சுக்காரர்களின் ஆக்கிரமிப்பு முடிந்து பிரிட்டிஷாரின் ஆதிக்கம் ஆரம்பமானது. திருக்கோண மலையில் ஆரம்பித்து மட்டக்களப்பு, யாழ்ப்பாணம் என்று பிடித்துக் கொண்டே போனார்கள். கண்டியோடு முதலில் ஒரு ஒப்பந்தம் இருந்தது. மிகஸ்டென்னே திசாவோ என்ற கண்டியின் தூதர் சென்னை வரை வந்து இந்த ஒப்பந்தம் போட்டதால் கண்டிக்கு ஆபத்து இல்லாமல் இருந்தது. இது கீர்த்தி ஸ்ரீ ராஜசிங்கேவின் ஆட்சியில்

நடந்தது. ஆனால் அவனுக்குப் பின் வந்த அவன் தம்பி ஸ்ரீ ராஜாதி ராஜசிங்கே இந்த ஒப்பந்தத்தை நிராகரித்துத் தன்னிச்சையாக ஆள முயன்றான். அதனால் பிரிட்டிஷார் கொஞ்சம் கொஞ்சமாகக் கண்டியின் பகுதிகளைப் பிடிக்க முயன்றார்கள். 1798-இல் பிரடெரிக் நார்த் என்பவர் பிரிட்டிஷின் கவர்னராக இலங்கையில் நியமிக்கப்பட்டபோது இது வேகமெடுத்தது. இதற்கிடையில் ராஜாதி ராஜசிங்கே 1798-இல் வாரிசு இல்லாமல் நோய்வாய்ப்பட்டு இறந்து போனான். வாரிசு இல்லாட்டிதான் நாந்தேன் வாரிசுன்னு வந்துருவானே வெள்ளைக்காரன்!

முதல் மந்திரியா இருந்த பிலிமா தளவாய் என்பவன் பிரிட்டிஷ் உதவியோடு அதிகாரத்தைக் கைப்பற்றி இறந்து போன மன்னனின் உறவினனான 18 வயதான கொன்னசாமி என்பவனை ஸ்ரீ விக்ரம ராஜசிங்கே என்ற பெயரில் அரியணை ஏற்றினான். அதற்கு எதிர்ப்புச் செய்த முத்துச்சாமியைக் குடும்பத்தோடு சிறையில் அடைத்தான். ஆனால் எதிர்பார்த்ததற்கு மாறாக விக்ரம ராஜசிங்கே தளவாய் பேச்சையோ பிரிட்டிஷ் பேச்சையோ கேட்காமல் சுதந்திரமாய் ஆள ஆரம்பித்தான்.

அந்தத் தளவாய், ‘அடடா! தப்புப் பண்ணிட்டோமே! நாமே அரியணையைக் கைப்பற்றியிருக்கலாமே’ என்று நினைத்துத் திரும்பவும் பிரிட்டிஷாரின் உதவியை அணுகினான். இந்த மாதிரி காட்டிக் கொடுக்கும் கயவாளிகள் இருக்கும் வரை சுதந்திரமா இருக்க முடியுமா? சண்டை ஆரம்பித்தது. விக்கிரம ராஜசிங்கே சுமார் 2 ஆண்டுகள் வரை பிரிட்டிஷுக்கு சிம்ம

சொப்பனமாய் இருந்தான். இதனைத்தான் **முதலாவது கண்டிப் போர்** என்று சொல்லுகிறார்கள்.

ஒரு சமயம் மலேயா தளபதி சங்குன்குலோவின் தலைமையில் கண்டியைப் பிடித்து, நான் முன்ன சொன்னேனே? அந்த முத்துச்சாமி என்ற வெத்துச் சாமி கையில் ஆட்சியை ஒப்படைத்தனர். அவர்கள் கண்டியில் நுழையும்போது ஒரு ஈ, எறும்பு கூட அங்கே இருக்கவில்லை. ஆனால் கொரில்லா யுத்தம் ஆரம்பித்தது. கொஞ்ச நாளில் மீண்டும் விக்கிரம ராஜசிங்கே கண்டியை மீட்டுக் கொண்டான். அதன் பின் வெகுண்டெழுந்த பிரிட்டிஷ் கவர்னர், கண்டியின் சிறு சிறு பகுதிகளுடைய தலைவர்களைக் கைக்குள் போட்டுக் கொண்டு பெரும் படையுடன் நுழைந்து கண்டியைப் பிடித்து 1815-இல் விக்ரம ராஜசிங்கேவை இந்தியாவுக்கு நாடு கடத்தினான். அவன் அங்கேயே சிறைப்படுத்தப்பட்டு 1832-இல் இறந்து போனான். அவனுடைய ஒரே மகனும் 1843-இல் இறந்து போக, மதுரை நாயக்கர்களின் கண்டி ஆட்சி முடிந்து போனது.

இதுல ராஜாவைச் சிறைப்பிடித்தது அவனுடைய சொந்த நாட்டின் ஒரு பகுதியைச் சேர்ந்த படையாகும்னு சொன்னா அது பெரிய வெட்கக்கேடான விஷயம்! அதிலிருந்து கிழக்கிந்தியக் கம்பெனி எந்த வித எதிர்ப்பும் இல்லாமல் ஆக்கிரமிப்புகளைத் துவங்கியது. இலங்கை முற்றிலுமாக பிரிட்டிஷ் காலனியாக மாறிப் போனது.

இலங்கேஸ்வரன் என்றும் **பூபதி** என்றும் அழைக்கப்பட்ட கண்டி அரசர்களின் கதை இப்படி முடிந்து போனது. நாயக்க மன்னர்களின் ஆட்சியில் மன்னரின் பாதுகாப்புப் படை முழுவதும் தமிழ்

வீரர்களாய் இருந்தார்கள். நாயக்க மன்னனும் தமிழ் பேசுபவனாக இருந்தான். தனிப்பட்ட அதிகாரம் இருந்தாலும் மன்னன் புத்த பிக்குகளுக்குக் கட்டுப்பட்டவன் ஆவான். அவர்களின் ஆலோசனைப்படியே நடக்க வேண்டும். அது தவிர நாட்டின் பல பகுதிகளில் இருந்த குழுக்களின் தலைவர்களும் ஆட்சியின் முக்கிய அங்கமாக இருந்தனர்.

புத்த பிக்குகளை உதாசீனம் செய்ததால்தான் விக்ரம ராஜசிங்கேவை அவர்கள் பிரிட்டிஷ் துணையுடன் ஒழித்து விட்டதாகச் சொல்லுகிறார்கள். உள்ளூர்க்காரனைப் பகைத்து வெள்ளைக்காரனுக்கு வழிவிட்டதால் அவன் முழு இலங்கையையும் பிடித்து ஆண்டது வரலாறு. அதன் பின் இந்தியாவுக்கு சுதந்திரம் கிடைத்த பின்தான் இலங்கைக்கும் கிடைத்தது.

வாருங்கள் மக்களே, கண்டிக்குள் நுழைவோம்!

கொண்டையில் மறைத்து வந்த புத்தரின் புனிதப் பல்!

எங்களுடைய கார் மெதுவாக மலைப்பகுதிகளில் ஏறி முன்னே சென்றது. முனைச் சந்திப்பில் ஒரு மாபெரும் புத்தர் சிலை இருந்தது.

"என்ன, இது எதுவும் முக்கிய இடமா அம்ரி?"

"இல்லை சார், இங்கெல்லாம் நிறைய இடங்களில் புத்தர் சிலை இருக்கும்."

ஊருக்கு வெளியே இருப்பதால் எல்லைக்காவல் புத்தராக இருக்குமா என்று நினைத்தேன் (?). உருவ வழிபாடு இல்லாமல் முக்திக்கு வேறு ஒரு வழியைச் சொன்ன புத்தரையே சிலையாக வடித்துக் கும்பிடுகிறார்களே என்று நினைத்தபடியே கடந்தேன். புத்தர் தங்க வண்ணத்தில் பளபளவென்று இருந்தார். இந்து மதத்தில் கூட ஆதி வேதங்களில் இல்லாத உருவ வழிபாடு இடையில் செருகப்பட்டது. இஸ்லாம்

சமயத்தில் தர்காக்கள் அமைத்து இறந்தவர்களை வழிபட ஆரம்பித்தார்கள். ஏன், உருவ வழிபாட்டை முற்றிலும் எதிர்க்கும் பத்துக் கட்டளைகளைக் (Ten Commandments) கொண்ட கிறித்துவ மதத்திலும் தும்பை விட்டு வாலைப் பிடித்த கதையாக அன்னை மேரியைக் கடவுளாக்கியதோடு இயேசுவின் சீடர்களையும் சிலையமைத்து வணங்க ஆரம்பித்ததை என்னவென்று சொல்வது?

மனித மனம் பல சமயங்களில் மதம் உட்பட பல காரியங்களைத் தனக்கேற்பத் தானே உருவாக்கி வந்ததோடு அதில் மற்றவர்களை இழிவாகப் பார்ப்பது எவ்வளவு வேடிக்கை! அது தவிர மதங்களுக்குள் துவேஷத்தை ஏற்படுத்தி ஒருவருக்கொருவர் சண்டை ஏற்படுத்துவதோடு ஒரே மதத்திற்குள் பிரிவினைகளை ஏற்படுத்தி அதனால் எவ்வளவு பேர் செத்து மடிகிறார்கள் என நினைத்தால் வேதனையாகத்தான் இருக்கிறது.

உதாரணமாக, வரலாற்றில் ஏற்பட்ட சைவம் - வைஷ்ணவம் பிரிவினை. இது அநேகமாக முடிந்து விட்டது எனலாம். ஒரே கோவிலில் இப்போதெல்லாம் இரண்டும் காணப்படுகிறது. கிறிஸ்தவத்தில் கத்தோலிக்கருக்கும் பிராட்டஸ்டண்டுகளுக்கும் ஏற்பட்ட பிரிவினையில் எவ்வளவு பேர் கொல்லப்பட்டார்கள் என்று தோண்டிப் பார்த்தால் தலையே சுற்றுகிறது! இப்போது இது நின்று விட்டது என்று சொல்லலாம். ஆனால் இஸ்லாம் சமயத்தில் சன்னி மற்றும் ஷியா இஸ்லாமியர்களுக்கு இடையில் குரோதமும் ஒருவரையொருவர் கொல்லுவதும் இன்று வரை தொடர்கிறது.

இதற்கிடையில் இனம், மொழி, நிறம் என்று வேறு பிரிவினைகள். மதங்கள் பிரிவினையை ஒழிப்பதை விட்டு மேலும் பிளவுபடுத்தினால் அதனால் மனுக்குலத்திற்குத் தீமையே தவிர நன்மையில்லை. கடவுள் நிச்சயம் அதனை விரும்ப மாட்டார். இப்படிச் செய்வதால் சொர்க்கம் கிடைக்கும் என்று எண்ணினால் அவர்கள் நிச்சயமாய் ஏமாந்து போவார்கள். இவர்களை மூளைச் சலவை செய்து கொடுமைகளை அரங்கேற்றுபவர்களுக்கு இன்னும் கொடிய நரகம் காத்திருக்கும் என்பதில் சந்தேகமில்லை.

கார் நகர்ந்து குறுகலான, ஆனால் நெருக்கமாகக் கடைகளைக் கொண்ட தெருக்களில் நுழைந்து சுற்றிச் சுற்றி வந்தது.

“அம்ரி, பக்கத்தில் இறக்கி விட்டுவிட்டு நீ போய் எங்கேயாவது பார்க்கிங் செய்து கொள்! நான் உள்ளே போய் விட்டு வருகிறேன்” என்றேன். தலையாட்டிய அம்ரி என்னை இறக்கி விட்டுச் சென்றான்.

தலதா மாளிகை அல்லது **தலதா மாளிகவா** என்ற அந்தக் கோவில் என் முன்னால் கம்பீரமாகத் தெரிந்தது. காவலர்கள் வாயிலில் நின்றிருந்தாலும் அவ்வளவாய்ச் சோதனை செய்யாமல் என்னை உள்ளே விட்டார்கள். ‘அப்பாவிப் பரதேசி’ என்று நெற்றியில் எழுதியிருப்பதை அவர்களும் படித்து விட்டார்கள் போலத் தெரிகிறது. நானும் என் முகத்தை முடிந்த அளவுக்குப் பாவமாய் வைத்துக் கொண்டேன். இந்த பாவம் எனக்கு இயற்கையாகவே அமைந்திருக்கிறது என நினைக்கிறேன்.

தலதா என்றால் பல் அல்லது தந்தம் என்று அர்த்தம். இப்படிப்பட்ட இறந்தவர்களின் உடற்பகுதிகளை

ஆங்கிலத்தில் ரெலிக் என்று சொல்லுகிறார்கள். யாருடைய பல் என்றால் நம்ம கௌதம புத்தரின் பல்தானாம் அது. அதற்கு என்ன ஆதாரம் என்றால் நம்பிக்கைக்கு ஆதாரம் தேவையில்லை என்கிறார்கள். நான் யோசித்துப் பார்த்தேன்.

புத்தரை எரித்ததும் மிஞ்சிய எலும்புகளையும் மண்டை ஓட்டில் உள்ள பற்களையும் தட்டி எடுத்து அவனவன் வெவ்வேறு நாடுகளுக்கு நினைவுச் சின்னம் (souvenir) போல எடுத்துச் சென்றிருக்கிறார்கள் என நினைத்தால் ஆச்சரியமாக இருந்தது. இந்த நம்பிக்கை என்கிற ஒன்று என்னவெல்லாம் விநோதக் காரியங்களைச் செய்கிறது பாருங்கள். கத்தோலிக்க மதத்தில் கூட இந்த மூட நம்பிக்கைகள் இருக்கின்றன. இயேசுவின் சீடர்களுடைய எலும்பை பத்திரப்படுத்திச் சில ஆலயங்களில் வைத்து வணங்குவதும் அதற்கு சக்தி இருக்கிறது என்று நம்புவதும் சுத்தப் பைத்தியக்காரத்தனமாக இருக்கின்றன.

ஆனால் உள்ளே அந்த வளாகத்தில் பல கோவில்கள் இருந்தன. அவற்றை ஒவ்வொன்றாகப் பார்ப்பதற்கு முன்னால் இந்த தலதா மாளிகை உருவான வரலாற்றைச் சுற்றிப் பார்ப்போம்.

இந்தக் கோவில் உலகப் பாரம்பரியச் சின்னம் (World Heritage Site) என்ற அங்கீகாரம் பெற்றிருக்கிறது. புத்தரின் பல் இலங்கைக்கு வந்த காலத்திலிருந்து அதனைச் சுற்றி இருந்த அரசியலும், அதிகாரமும், சூழ்ச்சிகளும் சொல்லி மாள முடியாதவை. ஏனென்றால் இந்தப் பல் யார் கையில் இருந்ததோ அவர்கள் கையில்தான் ஆட்சி அதிகாரம் இருந்தது.

கௌதம புத்தர் பரிநிர்வாண நிலை அடைந்த பின் கலிங்க நாட்டில் அவருடைய பல் பத்திரப்படுத்தப்பட்டது. அப்போதிருந்த கலிங்க மன்னன் குகசிவா என்பவனின் ஆணைப்படி அவனுடைய மகள் இளவரசி ஹேமமாலி தன் கணவன் இளவரசன் தந்தாவுடன் (பெயர்ப் பொருத்தத்தைக் கவனித்தீர்களா?) புத்தரின் பல்லை எடுத்துக் கொண்டு இலங்கைப் பட்டினத்திற்கு வந்தாள். அதன் காலம் கி.பி.301 முதல் 328 வரை. அனுராதபுரத்தை ஆண்ட மன்னன் ஸ்ரீ மேக வண்ணனின் அரசாட்சி இருந்த காலம்.

இளவரசி ஹேமமாலி பாதுகாப்புக் காரணங்கள் கருதித் தன் கொண்டையில் இந்தப் பல்லை மறைத்துக் (?) கொண்டு வந்தாளாம். ஆனால் கொண்டையில் மறைத்து வைத்தாலும் இந்தப் பல்லின் ஒளி வெளியே தெரிந்ததாம். ஸ்ரீ மேக வண்ணன் மிகுந்த மரியாதையுடன் அதனைப் பெற்றுக் கொண்டு மேககிரி விஹாரம் என்ற ஆலயத்தில் அதற்குத் தனிக் கோவில் அமைத்தானாம். இப்பொழுது அந்த இடம் இசுறுமுனியா என்றழைக்கப்படுகிறது. பல்லின் பாதுகாப்பு அந்த அரசனிடம் இருந்தது.

காலப்போக்கில் யாருடைய பாதுகாப்பில், அரவணைப்பில் அந்தப் பல் இருக்கிறதோ அவர்களே ஆளுவதற்கு உரிமை பெற்றவர்கள் என்ற நிலைமையும் உருவானது. எனவே அப்போதிருந்த அனுராதபுர மன்னர்கள் அந்தப் பற்கோவிலைத் தங்களுடைய அரண்மனைக்கு அருகிலேயே அமைத்தனர். அதனால் ராஜ்ஜியங்களும் அதிகாரங்களும் மாற மாற அந்தந்த ராஜாக்களின் பொக்கிஷமாக இது மாறி மாறி

இருந்தது. இதைக் கைப்பற்றப் பெரும் போர்களும் நடந்தன.

பல் போனா பதவி போச்சு!

'பல்லு போனா சொல்லு போகும்'னு ஒரு சொலவடை இருக்கு. இங்க இலங்கையில 'பல்லு போனா பதவி போச்சு'ங்கிற நிலைமைதான் அப்ப இருந்திருக்கு.

அனுராதபுர மன்னர்கள் செய்தது போலவே பொலன்னறுவை ராஜ்ஜியமும், டாம்படேனிய ராஜ்ஜியமும் பல்லைக் கைப்பற்றித் தங்கள் அருகில் கோவில் கட்டி வைத்துக் கொண்டனர். கம்போலா ராஜ்ஜியம் வலுவடைந்தபோது அவர்கள் புனிதப் பல்லைக் கைப்பற்றி நியம் கம்பயா விஹாரா என்ற கோவிலில் வைத்தனர். அதன் பின் அது கோட்டே ராஜ்ஜியத்தின் ஸ்ரீ ஜெயவர்த்தனபுரக் கோட்டை என்ற ஊரில் அமைக்கப்பட்ட கோவிலில் சில காலம் இருந்தது அக்காலத்திய செய்யுள்களான ஹம்சா, கிரா, செலாலிகினி ஆகியவற்றுள் குறிப்பிடப்பட்டிருக்கிறது.

கோட்டே ராஜ்ஜியத்தை ஆண்ட தர்மபாலா காலத்தில் பாதுகாப்புக் கருதி ரத்தினபுரியில் உள்ள டெல்கமுவா விஹாரையில் இந்தப் பல் ஒரு அரவைக் கல்லின் உள்ளே பதுக்கி வைக்கப்பட்டிருந்ததாம். அது பின் ஹிரிபிட்டியே தியாவடனா ராலா மற்றும் தேவநாகலா ரத்னாலங்காரா தேரா ஆகிய புத்தத் துறவிகளால் பத்திரமாய்க் கண்டிக்குக் கொண்டு வரப்பட்டது. கண்டியின் அப்போதைய அரசன் முதலாவது விமலதர்ம சூரியா இரண்டு அடுக்குக் கோவில் கட்டி அதில் புனிதப் பல்லைப் பிரதிஷ்டை

செய்தான். ஆனால் 1603-இல் படையெடுத்து வந்த போர்த்துக்கீசியர் தேவையில்லாமல் அதனைக் கைப்பற்றி தும்பராவில் உள்ள மேட மகானுவாராவுக்கு எடுத்துச் சென்றனர். அது பின்னர் ஆட்சிக்கு வந்த இரண்டாம் ராஜசிங்கேவின் காலத்தில் மறுபடியும் கைப்பற்றப்பட்டுப் புதுப்பிக்கப்பட்ட கோவிலில் வைக்கப்பட்டது. அதன் பின் தொடர்ந்து ஆண்ட மன்னர்கள் கோவிலை விரிவுபடுத்திக் கட்டினர்.

உள்ளே கோவில் வளாகம் மரங்கள் சூழ்ந்து ஒரு மாபெரும் சோலை போல் காட்சியளித்தது. அதில் நிறைய சன்னிதிகள் இருந்தன. அதில் ஒரு இடத்தில் பத்தினி சன்னிதி ஒன்றிருந்தது. உள்ளே நுழைந்தேன். கண்ணகிக் கோவில்தான் அது என்று நினைத்தேன். அநேகமாக மதுரை நாயக்க மன்னர்களால் ஏற்படுத்தப்பட்டிருக்கும் என நினைக்கிறேன்.

அதன் பின், முக்கிய தலமான புனிதப் பற்கோவிலுக்குள் நுழைந்தேன். அங்கேயே கோவில் சார்பில் வழிகாட்டிகள் இருந்தனர். உள்ளே போய்க் கட்டணம் கட்ட, ஒரு தமிழ் பேசும் வழிகாட்டி ஒருவர் என் கூட வந்து ஒவ்வொன்றையும் விளக்கிச் சொன்னார். முக்கியமாக எண்கோண வடிவக் (Octagonal) கட்டடம் ஒன்றைப் பார்த்தோம். மிக அழகிய அந்தக் கட்டடத்தை வடிவமைத்தவர் கண்டியின் மிகப் பிரபலமான ஆர்க்கிடெக்டான **தேவேந்திர முலாசரின்** என்பவர். அதன் பெயர் **பத்திரிப்புவா**. இது கட்டப்பட்டது ஸ்ரீ விக்ரம ராஜசிங்கேவின் ஆட்சியின்போது. முதலில் ராஜாக்களின் பொழுதுபோக்கு மண்டபமாக இருந்ததைப் புனிதப் பல் வைக்க விட்டுக் கொடுத்தனர். ஆனால் தற்போது இது

நூலகமாகச் செயல்படுகிறது. கோவில் கிட்டத்தட்ட நம் நாட்டு இந்துக் கோவில்களின் வடிவமைப்பில் கல்தூண்கள் அமைக்கப்பட்ட மண்டபங்களுடன் காணப்பட்டது.

ஒருபுறம் இருந்த ஏரியின் அலைகள் சுவர்களை மோதிக் கொண்டு இருந்தன. அந்த ஏரியின் பெயர் போகம்பரா ஏரி. அந்தச் சுவரில் சிறு சிறு ஓட்டைகள் இருந்தன. அதில் தேங்காய் எண்ணெய் ஊற்றப்பட்ட விளக்குகளை இரவில் ஏற்றுவார்களாம். பெரிய முக்கிய நுழைவு வாயிலின் பெயர் மஹா வஹல்கடா என்பது. மேலே இறங்கும் வழியில் பெரிய ரத்தினக் கற்களில் ஒன்றான மூன் ஸ்டோன் இருந்தது. அதன் இரண்டு புறமும் இரண்டு யானைகளின் சிற்பங்கள் இருந்தன. அதற்கு மேலே இருந்த மகரத் தோரண வாயிலை இரண்டு கிங்கரர்களின் சிலைகள் பாதுகாப்பது போல் வடிவமைக்கப்பட்டிருந்தது.

முக்கிய கருப்பக்கிரகம் போன்ற அமைப்பு இரண்டு மாடிகளாக அமைக்கப்பட்டிருக்கிறது. மேலே இருந்த 2-ஆம் மாடியின் கதவுகள் தந்தத்தால் கடையப்பட்டிருந்தன. அதற்கு உள்ளே புனிதப் பல் பூட்டப்பட்டு வைக்கப்பட்டிருந்தது. பார்ப்பதற்கு அனுமதியில்லை. கதவுக்குத்தான் பூஜை போலும்! ஏதாவது திருவிழாச் சமயங்களில்தான் வெளியே எடுப்பார்கள்.

அதற்கு மேலே ஒரு விதானம் போன்ற அமைப்பு பளபளத்தது. "தங்கம் போலத் தெரிகிறதே" என்று கேட்டபோது தங்கமேதான் என்றார்கள். தங்கத் தகடுகளால் அமைக்கப்பட்டுள்ளது. அது மட்டுமில்லாமல் அந்த அறை முழுவதும் தங்கத்

தகடுகளால் மூடப்பட்டு இருந்தது. உள்ளே புத்தரின் புனிதப் பல் ஏழு அடுக்குகள் கொண்ட தங்கப் பெட்டிகளின் உள்ளே வைக்கப்பட்டிருக்கிறதாம். ஒன்றின் உள் ஒன்றாக இருந்த அந்தப் பெட்டிகள் ஸ்தூப வடிவில் அமைக்கப்பட்டிருந்தன. அது தவிர வெளியே உற்சவத்திற்கு எடுத்துச் செல்ல ஒரு தனித் தங்கப் பெட்டியும் உள்ளே இருக்கிறதாம். குறிப்பிட்ட சமயங்களில் மட்டும் கதவைத் திறந்து பூஜைகள் நடக்கும். அப்படியே திறந்தாலும் உள்ளேயுள்ள பெட்டிகளை மட்டும்தான் பார்க்க முடியும்.

ஒரு இடத்தின் மேலே ஏறித் தங்க விதானத்தை அருகில் பார்த்தேன். நம் ஊரில் கல்யாணத்திற்குப் பந்தல் போட்டு மேலே வெள்ளைத் துணி கட்டிப் பூ வேலைப்பாடு செய்திருப்பார்கள் அல்லவா? அது போலவே இருந்தது. கட்டம் கட்டமாகப் பிரிக்கப்பட்டு ஒவ்வொரு கட்டத்தின் உள்ளும் தங்கத்தில் பூ வேலைப்பாடு செய்திருந்தார்கள். அந்த விதானம் மேற்புறக் கூரையிலிருந்து தொங்கிக் கொண்டிருந்தது.

ஒரு நாளுக்கு மூன்று முறை பூஜைகள் நடக்குமாம். மல்வெத்தே, அசுகிரியா என்ற இரண்டு பகுதிகளைச் சேர்ந்த புத்த பிக்குகள் இதனைச் செய்கிறார்கள். விடியும் வேளையிலும் மதிய நேரத்திலும் மாலை நேரத்திலும் ஆக மூன்று முறை இந்த சம்பிரதாய வழிபாடு நடத்தப்படுகிறது. ஒவ்வொரு புதன் கிழமையும் வாசனை மிகுந்த மலர்களான நன்னுமுரா மங்கல்லயா என்ற பூக்களை பன்னீரில் போட்டுப் பல மூலிகைகளுடன் தயாரிக்கப்பட்ட நீரில் புனிதப் பல்லுக்கு அபிஷேகம் நடைபெறுகிறது. இந்த நீர்

புனிதப் பல்லில் பட்டதால் புனித நீராக மாறுவதோடு பலவித நோய்களையும் சரிப்படுத்தும் என நம்பப்படுகிறது. அபிஷேகம் முடிந்ததும் அந்த நீரை அப்போது அங்குள்ளவர்களுக்குப் பகிர்ந்து தீர்த்தமாகக் கொடுப்பார்களாம்.

சிறிய பாதைகளில் ஏராளமான ஜனங்கள் முண்டியடித்துக் கொண்டு அங்குமிங்கும் சென்று கொண்டிருந்தார்கள்.

அப்போதுதான் தமிழ் வழிகாட்டி சொன்னார், அந்தக் கோவில் இரண்டு முறை தாக்கப்பட்டு சேதப்படுத்தப்பட்டதாக. யார் அப்படிச் செய்தது என்றால் “விடுதலைப்புலிகள்” என்று சொன்னதும் எனக்கு பகீரென்றது.

கண்டி புத்தர் கோவிலைத் தாக்கிய விடுதலைப்புலிகள்?

விடுதலைப்புலிகள் 1998-இல் புனிதப் பற்கோவிலைத் தாக்கியதாகச் சொன்னார்கள். ஆனால் அதற்கு முன்னமே 1989-இல் JVP என்று சுருக்கமாக அழைக்கப்படும் ஜனதா விமுக்தி பெரமுனா என்ற அமைப்பும் இதனைத் தாக்கியிருக்கிறது. இது ஒரு மார்க்சிஸ்ட் - லெனினிஸ்ட் எனும் கம்யூனிஸ்ட் கட்சி சார்ந்த ஒன்று. ML என்றாலே சில நக்சல்பாரி இயக்கங்களுடன் நெருங்கிய தொடர்பு வைத்திருப்பவர்கள் அல்லது தீவிரமாக இயங்குபவர்கள் என்று உங்களுக்குத் தெரியும். இவர்களுடைய நோக்கம் சமத்துவ சமுதாயம் அமைய வேண்டும் என்று இருந்தாலும் இவர்களுடைய வழிமுறைகள் எல்லோரும் ஏற்றுக் கொள்ளக் கூடியவை அல்ல. அதோடு வன்முறைப் பாதை என்பது எப்போதும் முடிவில் நல்ல பயனை ஈட்டாது.

1989-ஆம் ஆண்டு பிப்ரவரி 8-ஆம் தேதி இந்தத் தாக்குதல் நடந்தது. ஜெ.வி.பி-யின் ஆயுதப் புரட்சிப் படை இதனை நடத்தியது.

80-களில் இலங்கையின் வடக்கு மற்றும் தெற்குப் பகுதியில் தமிழ் ஈழம் வேண்டி ஆயுதப்புரட்சி ஏற்பட்டது. விடுதலைப்புலிகள் அமைப்பு தவிர பல்வேறு தமிழர் அமைப்புகள் இதில் ஈடுபட்டுத் தாக்குதல்களை நடத்தி வந்தன. அச்சமயத்தில் 1987-ஆம் ஆண்டு

இந்தியா இதில் தலையிட்டுப் பேச்சுவார்த்தை நடத்திப் போர் நிறுத்தத்தைக் கொண்டு வந்தது.

போர் நிறுத்தத்தைக் கண்காணிக்கவும், ஆயுதப் பரவலைத் தடுக்கவும் இலங்கையிடம் ஏற்படுத்திக் கொண்ட ஒப்பந்தத்தின்படி, இந்திய அமைதிப்படை (Indian Peacekeeping Force) இலங்கைக்கு வந்தது. ஆனால் சில காரணங்களால் அத்துமீறிய இந்திய ராணுவம் அமைதி ஏற்படுத்துவதைத் தவிர மற்ற எல்லாவற்றையும் செய்தது தனிக்கதை. ஒரு பக்கம் இது நடந்து கொண்டிருந்தபோது ஜனதா விமுக்தி பெரமுனா மற்றும் மற்ற இலங்கை சிங்கள தேசிய அமைப்புகள், இந்திய ராணுவத் தலையீட்டை இலங்கையின் இறையாண்மைக்கு எதிரான செயலாகப் பார்த்தார்கள். வட - தென் பகுதிகளுக்கு முழுவதுமாய் சுதந்திரம் கிடைத்து விடுமோ என்ற பயமும் அவர்களுக்கு இருந்தது.

இதே ஜெ.வி.பி-தான் 1971-இல் சிரிமாவோ பண்டாரநாயகே ஆட்சியில் இருந்தபோது நாட்டை ஆக்கிரமிக்க முயற்சி செய்தது. ஆனால் அது தோல்வியில் முடிந்தது. மீண்டும் ஜெ.வி.பி 1987-இல் ஐக்கிய தேசியக் கட்சியின் ஆட்சியைக் கவிழ்க்க முயன்றது.

இப்படிப் பதற்றம் நிலவிய சமயத்தில் ஜெ.வி.பி-யின் புரட்சிப் படைப் பிரிவான தேச பிரேமி ஜனதா வியாபரயா என்ற அமைப்பு அரசு அலுவலகங்கள் மட்டுமின்றிப் பொதுமக்களின் நிலைகளிலும் பல்வேறு தாக்குதல்களை நடத்தியது. பல பொது இடங்களைத் தாக்கியதோடு, யாரெல்லாம் அரசுக்கு ஆதரவாக இருந்தார்களோ அவர்களும் தாக்கப்பட்டனர். 1989

பிப்ரவரி 8-ஆம் தேதி புனிதப் பற்கோவில் தாக்கப்பட்டது. இதே குரூப்தான் 1987-இல் பாலே கெலே ராணுவ முகாமையும் 1987-இல் போகம் பரா சிறையையும், திகானோ வங்கியையும் தாக்கியது.

பற்கோவிலைத் தாக்கிப் புனிதப் பல்லைக் கவர்ந்து செல்வதாகத் திட்டம். 1700 வருடங்களாக இருக்கும் அந்தப் பல்லை எடுத்துவிட்டால் பொதுமக்களுக்கு அரசு மேல் அதிருப்தி ஏற்படும். அரசால் மக்களைப் பாதுகாக்க முடியவில்லை என்ற நினைப்பு தோன்றும். கிளர்ச்சிகளும் ஏற்படும் என்ற எண்ணத்தில்தான் அப்படிச் செய்தார்கள். ஏனென்றால் புனிதப்பல்தான் அதிகாரத்தின் அடையாளமாக இருந்ததை ஏற்கெனவே நாம் பார்த்திருக்கிறோம்.

ஆனால் அவர்களின் முயற்சி முறியடிக்கப்பட்டது. தாக்குதல் நடத்தியவர் உட்பட 5 பேர் கொல்லப்பட்டனர். ஜெ.வி.பி தாங்கள் இந்தத் தாக்குதலை நடத்தவில்லை என்று அறிக்கை விட்டாலும் அதனை யாரும் நம்பவில்லை.

இந்தப் புனிதப் பல் அதுவும் அகிம்சையை போதித்த புத்தரின் பல்லுக்காக எத்தனை பேர் மடிந்திருக்கிறார்கள், இன்னும் மடிந்து கொண்டிருக்கிறார்கள் என்பதை நினைத்தால் அதிர்ச்சியாக இருக்கிறது. சரி, விடுதலைப்புலிகள் தாக்கிய கதைக்கு வருவோம்.

1983-இல் வேகம் பெற்ற விடுதலைப்புலிகள் இயக்கம், 2009 வரை அசைக்க முடியாத மாபெரும் சக்தியாக இருந்தது. கப்பற்படை, விமானப்படை உள்ளடக்கிய முப்படை கொண்ட சக்தியாக இருந்தது. மற்ற தமிழீழ

விடுதலைப் படைகள் – ஒன்று, வீரியம் இழந்து போன அல்லது புலிகளால் அழிக்கப்பட்ட அல்லது வீரம் போய் சோரம் போக - விடுதலைப்புலிகள் அமைப்பு தனிப்பெரும் இயக்கமாக வளர்ந்தது.

1990-களில் இந்த உள்நாட்டுப் போர் உச்சக்கட்டத்தில் இருந்தது. வடக்குப் பகுதிகளில் தனி அரசாங்கம் நடத்தும் அளவுக்கு வளர்ந்தனர் விடுதலைப்புலிகள். ஆனால் அந்த நிலைக்குப் பேரிடியாக இலங்கை ராணுவம் 1995-இல் பல ஆண்டுகளாகப் புலிகள் கைவசம் இருந்த யாழ்ப்பாண வளைகுடாப் பகுதியைப் பிடித்துக் கொண்டது. ஆனால் 1996-இல் புலிகள் மீண்டும் பெருந்தாக்குதலை நிகழ்த்தி முல்லைத் தீவுப் பகுதியைப் பிடித்துக் கொண்டனர். இலங்கை ராணுவத்திற்குப் பெருத்த ஆட்சேதம் ஏற்பட்டது. அதன் பின் 1999-இல் இலங்கை ராணுவம் ஆப்பரேஷன் ஜெயசிக்குரி என்ற பெயரில் தொடர் தாக்குதல் நடத்தி இழந்த பல பகுதிகளை மீண்டும் வென்றெடுத்தனர். அந்தச் சமயத்தில்தான் விடுதலைப்புலிகள் இயக்கம் பல தற்கொலைத் தாக்குதல்களை நடத்தியது.

1998-இல் இலங்கை தன்னுடைய 50-ஆவது சுதந்திரப் பொன் விழாவைக் கொண்டாட ஆயத்தமானது. கிரேட் பிரிட்டனிடமிருந்து விடுதலை பெற்று 50 ஆண்டுகள் நிறைவு பெற்றதை ஒட்டி அங்கிருந்தே ஒரு சிறப்பு விருந்தினர் வந்தால் நன்றாக இருக்கும் என்று நினைத்து வேல்ஸ் இளவரசர் சார்லஸைச் சிறப்பு விருந்தினராக அழைத்தனர். அவரும் வருவதாக ஒப்புக் கொண்டார். அது தவிர

இன்னும் பல வெளிநாட்டுப் பிரமுகர்களும் விழாவில் கலந்து கொள்ள சம்மதித்தனர்.

மத்திய மலைப்பகுதியில் இருக்கும் கண்டியில் இந்த விழா நடந்தால் நன்றாக இருக்கும் என அரசு நினைத்து அதற்கான ஏற்பாடுகளைச் செய்தது. பிப்ரவரி 4-ஆம் தேதி அந்த விழா நடப்பதாக இருந்தது.

இது இப்படி இருக்க, வருகின்ற வெளிநாட்டுத் தலைவர்கள் இலங்கையில் அமைதி திரும்புகிறது என்று நினைக்கவும் நாடு அரசாங்கத்தின் கட்டுப்பாட்டில் இருக்கிறது என்று காண்பிக்கவும், ஜனவரி 28-இல் நடக்கும்படி யாழ்ப்பாண நகருக்குத் தேர்தலை அறிவித்தனர். அதற்கு முன்னால் 16 வருடங்கள் அங்கு தேர்தல் எதுவும் நடைபெறவில்லை. ஆனால் கிளிநொச்சி பகுதியில் கடுமையான போர் நடந்து கொண்டிருந்தது.

அந்தச் சமயத்தில்தான் ஒரு குழு இந்தப் புனிதப் பற்கோவிலை தாக்கத் திட்டமிட்டனர். அந்தக் குழு விடுதலைப்புலிகள்தான் என்று பரவலாக நம்பப்படுகிறது.

கண்டி புத்தர் கோவிலை ஏன் தாக்கினார்கள்?

ஜனவரி மாதம் 25-ஆம் தேதி 1998-ஆம் ஆண்டு அதிகாலை, மூன்று நபர்கள் ஒரு பெரிய டிரக்கை ராஜ வீதி வழியாக ஓட்டிக் கொண்டு வந்தனர். அந்த மூவரும் கரும்புலிகளின் உட்பிரிவான தற்கொலைப் படையினர் என்று சிலர் சொல்கிறார்கள். அந்த டிரக்கில் 300 முதல் 400 கிலோ அளவுள்ள வெடிமருந்துகள் நிரம்பியிருந்தன. ராஜவீதியைக் கடந்து வந்த டிரக் காலை சரியாக 6:10 மணிக்கு வேகமாக வந்து தலதா மாளிகையின் நுழைவாயிலை உடைத்துக் கொண்டு உள்ளே புகுந்தது.

பொதுவாக இந்தக் கோவில்களுக்கும் விடுமுறை நாட்களில்தான் கூட்டம் அதிகமாயிருக்கும். அன்றைய நாள் கூட ஒரு ஞாயிற்றுக்கிழமைதான். ஆனால் தாக்குதல் நடந்தது காலை 6 மணிக்கு என்பதால் இந்த அளவோடு ஆட்சேதம் அதிகமில்லை. இல்லையென்றால் அங்கு நிச்சயமாக பெருத்த உயிர்ச்சேதம் நடந்திருக்கும். பெரும் உயிர்ச்சேதத்தைத் தவிர்ப்பதற்குக் கூட அவர்கள் அதிகாலையில் தாக்குதல் நடத்தியிருக்கலாம் என்று நினைக்கிறேன்.

உள்ளே நுழைந்த டிரக் பெரும் சத்தத்துடன் வெடித்துச் சிதறியது. மொத்தம் 16 பேர் அந்த இடத்திலேயே உடல் சிதறி இறந்து போனார்கள்.

அதிலே தற்கொலைப் படையைச் சேர்ந்த 3 நபர்களும் அடங்குவர். இதிலே ஒரு இரண்டு வயதுக் குழந்தையும் இறந்து போனதாகப் படித்தபோது மனது கனத்தது. அந்தப் பச்சிளம் குழந்தை முளை விடும்போதே அழிந்து போனது ஏன்? அது என்ன பாவம் செய்தது? கிட்டத்தட்ட 25 பேருக்கு மேல் படுகாயம் அடைந்தார்கள். அதிலே நான்கு பெண்கள், ஒரு புத்தத் துறவி, ஒரு போலீஸ்காரரர் ஆகியோரும் அடங்குவர்.

இன்னொரு துயரம் என்னவென்றால் P.W.விதாநகே என்னும் ஜியாலஜி பேராசிரியர் இந்தத் தாக்குதலைக் கேட்டவுடனே ஏற்பட்ட அதிர்ச்சியில் மாரடைப்பு ஏற்பட்டு இறந்து போயிருக்கிறார்.

இந்த சக்தி வாய்ந்த தாக்குதலின் தாக்கம் 5 கி.மீ சுற்றளவுக்கு இருந்ததாம். பல கட்டடங்களின் கண்ணாடிச் சுவர்கள், ஜன்னல்கள் உடைந்து சிதறியதால் அந்த ஏரியாவே அதிர்ந்து போனதாம். நானூறு கிலோ வெடிமருந்து என்றால் சும்மாவா?

இந்தத் தாக்குதல் புனிதப் பற்கோவிலில் கடுமையான சேதத்தை ஏற்படுத்தியது. குறிப்பாக மேற்கூரையும் முகப்பும் சேதமடைந்தன. ஆனால் கோவிலின் உள்வளாகமோ புனிதப்பல் இருக்கும் பீட அறையோ எந்தப் பாதிப்பும் அடையவில்லை. மஹாவஹல் கடா என்றழைக்கப்பட்ட பெரிய நுழைவாயில் முற்றிலும் தகர்ந்து போனது. பத்திரிப்புவா, கண்டி அரசர்களின் அரண்மனை, மூன் ஸ்டோன் என்ற ரத்தினக்கல், ராணிகளின் குளியலிடம், ஆலய நூலகம், சில முக்கியக் கற்சிலைகள் ஆகியவை சேதமடைந்தன. பக்கத்தில் இருந்த குயின்ஸ் ஹோட்டல் மற்றும் புனித

பவுல் ஆலயமும் பாதிக்கப்பட்டன. மூன் ஸ்டோன் மட்டும் 43 சில்லுகளாக உடைந்து போனதாம்.

தாக்குதல் நடந்ததுமே அது இந்துக்களுக்கு எதிரான கலகமாக உருவெடுத்தது. புத்த மதத்தைச் சேர்ந்த ஏராளமான மக்கள் கோவிலைச் சுற்றிலும் நின்று கொண்டிருந்தனர். திடீரென்று அதில் சிலர் கிளம்பி பக்கத்தில் இருந்த ஹிண்டு கல்ச்சுரல் சென்ட்டரில் இருந்த மூன்று வாகனங்களுக்குத் தீ வைத்தனர். தமிழ் மக்களும் தாக்கப்பட்டனர். போலீஸ் கண்ணீர்ப் புகைக் குண்டுகளைச் சுட்டுக் கூட்டத்தை விலக்கியது. ஆனால் நல்லவேளையாக அந்தக் கலவரம் பெரிதாகப் பரவவில்லை. அதற்கு முழு முதற் காரணம் அப்போது அதிபராக இருந்த திருமதி சந்திரிகா குமாரதுங்கே. அவர் விடுத்த வேண்டுகோளை அடுத்து மக்கள் அமைதி காத்தனர்.

இந்தத் தாக்குதலை விடுதலைப்புலிகள்தான் நடத்தியிருக்க வேண்டும் என்று நினைத்தது இலங்கை அரசு. எனவே தாக்குதல் நடந்த அடுத்த நாளே விடுதலைப்புலிகள் இயக்கம் தடை செய்யப்பட்ட இயக்கமாக அறிவிக்கப்பட்டது. இந்தத் தடையோடு விடுதலைப்புலிகளுடன் அதுவரை நடந்து வந்த பேச்சுவார்த்தை அல்லது சமரசத்துக்கும் முடிவு வந்தது.

பாதுகாப்புக் குறைபாடுகளுக்குப் பொறுப்பேற்று, இலங்கையின் ராணுவ மந்திரி அனுருத்தா ரத்வாத்தே தன் பதவியை ராஜினாமா செய்தார்.

இந்தக் கலவரங்களின் மத்தியிலும் யாழ்ப்பாணத் தேர்தல் திட்டமிட்டபடி நடந்தது. மக்கள் பெருந்திரளாய் வந்து வாக்களித்தனர்.

இடிபாடுகளை அகற்றிவிட்டு பிப்ரவரி 10ஆம் தேதி கோவில் மீண்டும் பொதுமக்களுக்காகத் திறந்து விடப்பட்டது. ஆனால் கோவில் முற்றிலுமாகப் புனரமைக்கப்பட ஒன்றரை வருடங்கள் ஆனதாம். அதிபர் சந்திரிகா குமாரதுங்கே அவர்களே இந்தப் புனரமைப்புக் குழுவின் தலைவராகச் செயல்பட்டுத் தன் நேரடிப் பார்வையில் சீக்கிரமாகச் செய்து முடித்தார். அரசு கொடுத்த 20 லட்சம் இலங்கை ரூபாய்கள் தவிர பொதுமக்கள் ஒரு கோடிக்கு மேல் வசூல் செய்து கொடுத்தார்களாம்.

ஏற்கெனவே இருந்த சிற்பங்கள், மூன் ஸ்டோன் முதற்கொண்டு எல்லாவற்றையும் திரும்பவும் செய்து விட்டார்கள். நான் செல்லும்போது தாக்கப்பட்ட எந்த அடையாளமும் கொஞ்சம் கூட இல்லை.

அதே நேரம் இந்தத் தாக்குதலில் சில நன்மைகளும் நடந்தன. அவை என்ன தெரியுமா?

அந்தப்புர ராணிகளின் அழகிய குளிக்கும் இடம்

புனிதப் பற்கோவில் மீதான தாக்குதலில் நன்மையும் பிறந்தது என்று சொன்னேன் அல்லவா? அதனை இங்கே முதலில் சொல்லி விடுகிறேன்.

இலங்கையில் சிற்பத்தொழில் கிட்டத்தட்ட அழிவு நிலையில் இருந்தது. கிராமங்களில் உள்ள ஒரு சில குடும்பங்களே இந்தத் தொழிலில் இருந்தனர். அவர்களும் வறுமையில் வாடிக் கொண்டிருந்தனர். அந்தச் சமயத்தில் இந்தத் தாக்குதலால் பல சிற்பங்கள் அழிந்து போனதால் அவர்களுக்கும் மீண்டும் வேலை கிடைத்தது. அழிந்தும் மறந்தும் போன அவர்கள் தொழில் அவர்களுக்கு மீண்டும் கிடைத்தது. அவர்கள் வாழ்வில் மறுமலர்ச்சி உண்டானது.

அதோடு கோவிலின் உட்சுவரில் சில விரிசல்களைச் சரி செய்தபோது உள்ளே மறைந்திருந்த கீர்த்தி ஸ்ரீ ராஜசிங்கே காலத்து ஓவியங்கள் கிடைக்கப் பெற்றன.

இந்தத் தாக்குதலை விடுதலைப்புலிகள் இயக்கம் ஏற்றுக் கொள்ளவில்லை. இன்று வரை அந்தத் தாக்குதலுக்கு யாரும் பொறுப்பேற்றுக் கொள்ளவில்லை.

சரி, வாருங்கள்! வளாகத்திற்குள் இருக்கும் மற்ற கட்டடங்களைப் பார்த்து விடலாம்.

அந்த வளாகம் மாலை மஞ்சள் வெயிலில் தங்க நிறத்தில் ஜொலித்துக் கொண்டிருந்தது. முதலில் நான்

பார்த்த கட்டடம் கண்டி ராஜாக்கள் தங்கியிருந்த அரண்மனை. இதுவரை நான் பார்த்த அரண்மனைகளிலேயே மிகவும் சுமாரான அரண்மனை இதுதான்! எளிய நீளமான கட்டடம்.

சில அறைகளுக்குச் சென்று பார்த்தேன். பிரமாத வேலைப்பாடுகள் ஒன்றுமில்லை. ஒருவேளை கோவிலுக்கு அதிகப் பணத்தைச் செலவழித்து விட்டுத் தாங்கள் எளிய முறையில் வாழ நினைத்திருக்கலாம். அல்லது எல்லாப் பணமும் பெரும்பாலும் போருக்கே செலவு செய்யப்பட்டிருக்கலாம். அல்லது அவர்கள் வாழ்ந்த காலத்தில் இவை சிறப்பாக இருந்திருக்கலாம். கம்போலாவைச் சேர்ந்த மன்னன் மூன்றாம் விக்கிரமபாகு (1356-1374) முதன் முதலில் இங்கு அரண்மனையைக் கட்டினானாம். அதன் பின் கண்டி மன்னன் (1469 முதல் 1511 வரை ஆண்ட) சேனா சம்மத விக்கிரமபாகு இங்கு விஸ்தாரமாய் அரண்மனையைக் கட்டிப் பல வேலைப்பாடுகளைச் செய்தானாம்.

இந்த அரண்மனை **மஹா வசாலா** என்று அழைக்கப்படுகிறது. இந்தப் பெயர் பொலன்னருவா காலத்திலிருந்தே இப்படித்தான் அழைக்கப்பட்டிருக்கிறது. மாளிகவா அல்லது மாளிகை என்றும் சொல்லுகிறார்கள். இப்போதிருக்கிற கட்டடம் முதலாவது விமலதர்மசூரியாவால் கட்டப்பட்டது.

பிரிட்டிஷார் கைப்பற்றிய பின் இது அவர்களின் அலுவலகமாகச் செயல்படத் துவங்கியது. கண்டியின் முதல் பேரனட் சர் ஜான் டோய்லி முதன் முதலில் இதனைப் பயன்படுத்தியதைத் தொடர்ந்து, இந்தப் பதவி வகித்த பலர் இங்கு தங்கியிருந்தார்கள். இப்போது இது அருங்காட்சியகம் ஆகி இருக்கிறது.

அதன் பிறகு என் கண்ணில் பட்டது ஒரு பெரிய கூரைக்கட்டடம். நான்கு புறமும் திறந்த வெளியாக இருந்த அந்த மாபெரும் மண்டபத்தின் அருகில் சென்றேன். அதுதான் தர்பார் மண்டபம் என்று சொன்னார்கள். இப்படியா வெட்ட வெளியில் பாதுகாப்பில்லாமல் இருக்குமென ஆச்சரியமாய் இருந்தது! மேற்கூரை உட்பட முழுவதும் மரத்தால் அமைக்கப்பட்ட மண்டபம். மகுல் மடுவா என்றழைக்கப்படும் இந்த மண்டபத்தை மன்னன் விக்கிரம ராஜசிங்கே கட்டியிருக்கிறான். ஸ்ரீ ராஜாதி ராஜசிங்கே 1783-இல் இதைக் கட்டியபோது 58 அடி நீளமும் 36 அடி அகலமும் கொண்டதாக இது இருந்ததாம். வேல்ஸ் இளவரசர் ஆல்பர்ட் எட்வர்டு 1872-இல் வந்தபோது இது புதுப்பிக்கப்பட்டு 36 அடி என்பது 67 அடியாக நீட்டப்பட்டிருக்கிறது. இந்த

தர்பார் மண்டபத்தின் மரத்தூண்களில் அழகிய வேலைப்பாடுகள் அமைந்திருக்கின்றன.

பின்னர் அது பிராதுகளைத் தீர்த்து வைக்கும் கச்சேரியாகவும், அதன் பின்னர் சுப்ரீம் கோர்ட்டாகவும் செயல்பட்டிருக்கிறது. இப்போது அரசு விழாக்கள் இங்கு நடைபெறுகின்றனவாம்.

மறுபுறம் ஒரு பழைய கட்டடம் தனியாக இருந்தது. சதுர வடிவில் கண்டியின் கட்டடக்கலையில் அமைக்கப்பட்ட இந்த இடம் தங்கக்கூடமாம். கண்டி மன்னர்கள் காலத்தில் மிகவும் பாதுகாக்கப்பட்ட இந்த இடத்தில்தான் தங்க ஆசாரிகள் தங்கி இருந்தார்களாம். செங்கடகலா அரசு ஆட்சியைப் பிடித்ததில் இருந்தே இந்த இடம் கட்டப்பட்டு வழிவழியாக வந்த மன்னர்களால் புதுப்பிக்கப்பட்டு வந்ததாம். இந்தத் தங்க ஆசாரிகள் மன்னருக்கு மட்டுமே வேலை செய்வார்களாம். அரசுப் பணியாளர்கள் போல அரசரின் பணியாளர்கள்!

இவர்களுடைய முக்கிய வேலை தங்கக் கிரீடம் செய்வது, மன்னருக்குத் தேவையான வாள், குறுங்கத்தி போன்ற தங்கப் பாதுகாப்புக் கருவிகள் செய்வது ஆகியவை. பட்டத்து வாள் என்று சொல்வார்கள். வழிவழியாக வந்த கிரீடங்கள் தவிர, ஒவ்வொரு மன்னருக்கென்றும் தனிப்பட்ட முறையில், தனிப்பட்ட அளவில் தனிப்பட்ட டிசைனில் கிரீடம் மற்றும் ஆயுதங்கள் தயாரிக்கப்பட்டன. அந்தத் தங்க ஆசாரிகளின் பணிக்கூடத்தின் பின்னே அவர்கள் மற்றும் அவர்களின் குடும்பங்கள் தங்குமிடங்களும் அமைக்கப்பட்டு இருந்தன. நான் போன சமயம்

பூட்டப்பட்டு இருந்தது. ஆனால் அந்தக் கிரீடங்களில் ஒன்றை நான் கொழும்பு அருங்காட்சியகத்தில் பார்த்தேன். அதனைப் பின்னர் சொல்கிறேன். ஒவ்வொரு இடம் செல்லும்போதும், அந்தக் காலத்தில் அது எப்படி இருந்திருக்கும் என மனம் கற்பனை செய்து பார்த்தது.

அதற்கு மறுபுறம் ராணிகள் குளிக்குமிடம் இருக்கிறது என்று சொன்னதை ஒட்டி அதனை நோக்கி நகர்ந்தேன்.

“டேய் பரதேசி, அதைச் சொல்றா முதல்ல! ஏதாவது ராணி குளிக்கிறதா பாத்தியா?”

“வந்திட்டியா மகேந்திரன்? இந்த மாதிரி விஷயம்னா சம்மன் இல்லாம ஆஜராயிருவியே!”

“அத விடு! பாத்தியா பாக்கலியா?”

“ராணிகள் குளிக்கிறத பாத்தா வெட்டிருவாய்ங்கடா! நாய்க்கர் ராணிகளை ஏய்க்கற வேலை செஞ்சா மாடுகளை மேய்க்கிற வேலைக்கு அனுப்பிடுவாய்ங்க.”

“சர்றா, பொறுமையை சோதிக்காத! பாத்தியா இல்லியா?”

“அந்த இடத்தின் பெயர் உல்பெங்கே. கோயிலை ஒட்டி இருக்கிற ஏரியின் ஒரு பகுதியில் இது அமைந்திருக்கிறது. இரு பகுதியா பிரிச்சு, மேற்பகுதியில் உடை மாற்றும் அறைகளும் கீழ்ப் பகுதியில் ஏரித் தண்ணீருக்குள் சுற்றுச் சுவர்களை உடைய இடமும் இருக்கிறது. இது அந்தப் பரந்த ஏரியின் ஒரு பகுதியை நீச்சல் குளம் போல் ஆக்கியிருக்கிறது. இங்கு ராணிகள் தங்கள் தோழிகள் புடைசூழ வந்து குளிப்பார்களாம்.”

“சரி, அதை விடு! ராணிகள் இல்லாட்டி தோழிகளாவது குளிச்சதைப் பாத்தியா?”

இருங்க! இந்த மகேந்திரனை வெட்டிவிட்டு வருகிறேன். நான் அருகே சென்றபோது ஏரியின் நீச்சல் குளப் பகுதியில் சளசளவென்று சத்தம் கேட்டது. யாரோ குளிக்கிறார்கள்! இன்னும் அரசக் குடும்பத்தின் மிச்சம் சொச்சம் இருக்கிறார்களா என எட்டிப் பார்த்தபோது எங்கிருந்தோ விரைந்து வந்தான் காவல்காரன்.

இலங்கைக்கு இந்தியா கொடுத்த புத்தர் சிலை

காவல்காரன் கிட்ட வந்து அங்கிருந்த போர்டைக் காண்பித்தான். "அத்துமீறி நுழையக்கூடாது (No trespassing) பாதுகாக்கப்பட்ட பகுதி" என்று எழுதியிருந்தது. மராமத்து வேலைகள் நடப்பதால் உள்ளே செல்ல அனுமதியில்லை என்று சொன்னான்.

அதனைப் பற்றி மேலும் தெரிய வந்த விஷயமானது, இந்த வளாகத்தை ஆக்கிரமித்த பிரிட்டிஷ்காரர்கள் இந்தப் பகுதியையும் எடுத்துக் கொண்டு அதனை நூலகமாக மாற்றி விட்டார்களாம். ரசனை கெட்டவர்கள்!

சுதந்திரம் வாங்கிய பின் இந்தப் பகுதி இந்தக் கோவிலின் போலீஸ் அவுட் போஸ்ட்டாகச் செயல்பட்டதாம். ஆனால் இப்போது சிறிது சிதிலமடைந்து மராமத்துப் பணிகளுக்காக மூடப்பட்டுள்ளது. இதனை அமைத்த விக்கிரம ராஜசிங்கே நல்ல ரசனைக்காரன்தான். இயற்கையையும் செயற்கையையும் இணைத்துப் பொதுவான ஏரியில் மறைவான குளிக்குமிடத்தை அமைத்த அவனை உளமாரப் பாராட்டினேன். சில சமயங்களில் ராணிகளுடன் ராஜாக்களும் ஜலக்கிரீடைக்காக வருவார்களோ என்றும் நினைக்கத் தோன்றியது.

மறுபடியும் சளசளவென்று அதே சத்தம் கேட்க, காவல்காரனையும் மீறி ஆர்வத்துடன் எட்டிப் பார்த்தேன். அங்கே தெள்ளத் தெளிவான ஏரி நீரில் சிறிதும் பெரிதுமாய் ஒரு மீன் கூட்டம் தண்ணீரை அளைந்து கொண்டும் துள்ளிக் கொண்டும் சளக்புளக் என்று நீந்திக் கொண்டிருந்தன. அது என்ன மீன் என்று காவலனைக் கேட்க, அவன் முறைத்துப் பார்த்துவிட்டு நகர்ந்து விட்டான்.

உடனே விரிந்த என் கற்பனையில் ராணியும் தோழிகள் புடைசூழ மீன்களுக்குப் போட்டியென நீந்தி விளையாடி நீராடி மகிழ்ந்த காட்சிகள். அப்படியே மறுபுறம் போனால் கலோனியல் பில்டிங் என்பதைப் பார்த்தவுடனே தெரிந்தது. ஒரு மாபெரும் சிலை இருந்தது. அது ஒரு புத்த பிட்சுவின் சிலை. அவர் பெயர் அமோக வஜ்ர தேரோ.

இலங்கை பிரிட்டிஷ் ஆட்சிக்கு உட்படுத்தப்பட்டபோது இங்குதான் அதன் கவர்னர் தங்கியிருந்தாராம். கண்டியின் சீதோஷ்ணம் மலையகக் குளிர்ச்சியினைக் கொண்டதால் வெள்ளைக்காரர்களுக்கு இது மிகவும் பிடித்த இடம். இந்த பில்டிங் சர்.ஜேம்ஸ் லாங்டன் என்பவரால் 1880-ஆம் ஆண்டு கட்டப்பட்டது. பல கவர்னர்கள் இங்கே தங்கியிருந்தனர். அந்த இடம் இப்போதும் பளபளவென்று இருந்தது. ஒருபுறம் அலுவலகம் இருந்ததால் அனுமதியில்லை. மறுபுறம் ஒரு சிறிய அருங்காட்சியகமும் விற்பனை இடமும் இருந்தன.

அங்கிருந்து கீழே படிகளில் இறங்கினால் அங்கு மாபெரும் புத்தர் சிலை ஒன்று இருந்தது. கிட்ட போய்ப் பார்த்தால் அது இந்தியாவிலிருந்து பரிசாக

வழங்கப்பட்ட ஒன்று என்பது தெரிந்தது. கீழே இந்திய மூவண்ணக்கொடி பொறிக்கப்பட்டு இருந்தது.

அதனைக் கடந்து மறுபுறம் சிறிது கூட்டமாய் இருந்தது. அது என்னவென்று கிட்ட போய்ப் பார்த்தால் ஒரு பெரிய யானையைப் பாடம் செய்து வைத்திருந்தார்கள்.

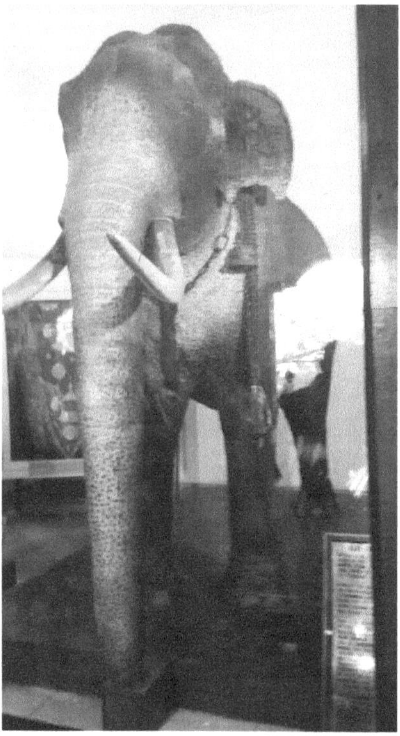

அது எல்லோருக்கும் பிரியமான கோயில் யானையாம். அதன் பெயர் மற்றும் வரலாற்றையும் அங்கே எழுதி வைத்திருந்தார்கள்.

கோவிலின் மறுபுறம் கண்டி மாகாண கவர்னர் மாளிகை இருக்கிறது. உள்ளே செல்ல

அனுமதியில்லை. மறுபுறம் கோவில் வளாகத்தை ஒட்டிப் பழைய பிரிட்டிஷ் கால கிறிஸ்தவ ஆலயம் ஒன்றும் இருந்தது.

இப்படிப் பல அதிசய அற்புதங்களைக் கொண்ட தலதா மாளிகை பல்வேறு வரலாறுகளையும் கால மாற்றங்களையும் எடுத்துக்காட்டுவதாக இருந்தது.

ஒவ்வொரு வருடமும் ஜூலை, ஆகஸ்ட்டில் பெரிய திருவிழா ஒன்று நடக்குமாம். அதன் பெயர் **கண்டி ஈசலா பெரஹரா** (The Kandy Esala Perahera). இந்த விழாவின் சிறப்பாக ஒரு பெரிய ஊர்வலம் நடக்குமாம். பெரஹரா என்றால் ஊர்வலம் என்று அர்த்தம். இது புனிதப் பல்லுக்கு மரியாதை செய்யும் விதமாக நடத்தப்படுகிறது. இந்த ஊர்வலத்தில் இலங்கையின் பாரம்பரிய நடனங்களான தீ நாட்டியம், சாட்டை நாட்டியம் போன்ற பல்வேறு கலாச்சார நடனங்கள் நடத்தப்படும். இவ்வூர்வலத்தில் யானைகள் அழகான உடைகளால் அலங்கரிக்கப்பட்டு மகாவெளி ஆற்றங்கரை வரை போகுமாம்.

கி.மு. மூன்றாம் நூற்றாண்டில் ஆரம்பிக்கப்பட்ட (நன்றாகக் கவனிக்கவும்! கி.பி. அல்ல கி.மு.) இவ்விழா முதலில் மழை வரம் வேண்டி நடத்தப்பட்டது. ஆனால் கி.பி. நான்காம் நூற்றாண்டில் இந்தியாவிலிருந்து புனிதப் பல் இலங்கைக்கு வந்தபோது இதே ஊர்வலம் புனிதப் பல் ஊர்வலமாக மாறிவிட்டதாம். இப்போது நடக்கும் ஊர்வலத்தை 1747 முதல் 1781 வரை அரசாண்ட கண்டியின் அரசன் கீர்த்தி ஸ்ரீ ராஜசிங்கே ஆரம்பித்து வைத்திருக்கிறான். 1815-இல் பிரிட்டிஷாரின் பிடிக்கு வந்த பின், அவர்கள் புனிதப் பல்லையும் விழாவையும் புத்த மகா சங்கத்திடம்

ஒப்படைத்து விட்டனர். இந்த ஊர்வலத்தில் கோயில் யானையின் அம்பாரியில் புனிதப் பல் ஊர்வலமாக எடுத்து வரப்படும்.

போதும் போதுமெனப் பார்த்து முடித்து, வெளியே வந்து அம்ரியைத் தேடிக் கண்டுபிடித்தேன். "சார்! இவ்வளவு நேரமா என்ன செய்தீங்க உள்ளே?" என்று கேட்டான். "ஹி... ஹி" என்று சிரித்துவிட்டு "கொழும்புக்குத் திரும்பலாம்" என்றேன்.

மலைப்பயணத்தை இனிதே முடித்துக் கீழிறங்கினோம். சீரான வேகத்தில் காரைச் செலுத்தச் சொன்னேன். போகிற வழியில் ஒரு ஊரில் அங்கேயே விளைந்த முந்திரிப் பருப்புகள் கிடைத்தன. சென்னைக்கும் மதுரைக்கும் செல்லப் போவதால் சில பாக்கெட்டுகளை வாங்கி வைத்துவிட்டு ஒன்றைப் பிரித்துச் சாப்பிட்டோம். நன்கு விளைந்த, பெரிய சைசில் இருந்த முந்திரிப் பருப்புகள் பதமாக வறுக்கப்பட்டு சிறிதே உப்புத் தூவி இருந்தன. அந்த மாதிரி மொறுமொறுப்பான முந்திரிப் பருப்புகளை நான் அதற்கு முன்பு சாப்பிட்டதே இல்லை.

ஒரு மூன்று மணி நேரப் பயணத்தில் கொழும்பு வந்து சேர்ந்தோம். மணி பத்தாகியிருந்தது.

"நாளை எங்கே?" என்றேன்.

"நாளை காலேவுக்குப் போகிறோம்" என்றான் அம்ரி.

"அங்கே என்ன இருக்கிறது?"

"அங்குதான் டச்சுக்காரர்களின் கோட்டை இருக்கிறது. அது தவிர கடலில் சென்று பவளப்பாறைகளைப் (Coral) பார்க்கலாம்" என்றான்.

அதனைப் பற்றி நினைத்துக் கொண்டு அப்படியே தூங்கிப் போனேன்.

மர ஆப்பிள் பழமும் டச்சுக் கோட்டையும்

ஒரே நாளில் பல இடங்களை ஆடி ஓடித் தேடிப் பார்த்து அலுப்புடன் வந்த எனக்கு வெதுவெதுப்பான குளியல் ஆனந்தமாக இருந்தது. புத்துணர்ச்சி பெற்றுக் குளியலறையை விட்டு வெளியே வந்தேன். வேறு எங்காவது போகலாம் என மனது நினைத்தது. ஆனால் கால்கள் இன்றைக்குப் போதுமென்றன.

வழக்கம் போல் முழங்காலில் நின்று ஜெபித்து விட்டுப் படுக்கையில் விழுந்தேன். படுத்துக் கொண்டே சிறிது நேரம் படிப்பது வழக்கம். ஆனால் கனமான இமைகள் அழுத்த, ஒரு சில நிமிடங்களில் ஆழ்ந்த உறக்கத்திற்குப் போனேன். நல்ல தூக்கத்தில் இருந்தபோது, “சார்!... சார்!....” என்று ஒரு குரல். அதோடு கதவு தட்டும் சத்தமும் கேட்டது. கனவா நனவா என்று தெரியாமல் மிகவும் முயன்று இமைகளைத் திறந்து பார்த்தால், அது கனவல்ல. ஜன்னல் வழியே அம்ரி ஃபிரெஷ்ஷாகத் தெரிந்தான். மணியைப் பார்த்தால் மணி ஏழு. ஓ! “ஏழு மணிக்கு வருவேன்” என்று அம்ரி சொன்னது அப்போதுதான் ஞாபகம் வந்தது.

கதவைத் திறந்துவிட்டு, “அம்ரி, அசந்து தூங்கிட்டேன் போல. அரை மணி நேரம் கொடு! எல்லாவற்றையும் முடித்து வந்து விடுகிறேன்” என்றேன்.

“பரவாயில்லை சார், வெயிட் பண்றேன்” என்றான் அம்ரி. மடமடவென்று ரெடியாகி வெளியே வர மணி 7.30.

ரூம் சர்வீசில் காலை உணவு சாப்பிட்டு வெளியே வந்தோம். அன்று ஞாயிற்றுக் கிழமையாதலால் “ஏதாவது ஒரு ஆலயத்தில் நிறுத்து” என்றேன். போகிற வழியில் ஒரு அழகிய கத்தோலிக்க ஆலயம் வந்தது. திறந்திருந்த ஆலயத்தில் யாருமே இல்லை. காலை ஆராதனை 10 மணி என்று போட்டிருந்தது. கோயில் பிள்ளை (Sexton) அல்லது ஆலயப் பணியாளர்கள் காலையிலேயே வந்து திறந்து வைத்துப் பெருக்கிக் கூட்டி வாசலில் கோலம் கூடப் போட்டிருந்தார்கள்.

கிறிஸ்துமஸ் கொண்டாட்டத்தின் மிச்சங்களை ஆலயத்தின் உள்ளேயும் வெளியேயும் பார்க்க முடிந்தது. துணியாலான ஒரு வித்தியாசமான, உயரமான கிறிஸ்துமஸ் மரமும் வளாகத்தில் இருந்தது. சிறிது நேரம் உள்ளே போய் ஜெபம் செய்துவிட்டு வெளியே வந்தேன். நான் அங்கிருந்து கிளம்பும் வரை ஒருவரையும் பார்க்கவில்லை.

அங்கிருந்து கிளம்பிக் கார் வேகமெடுத்தது. போகும் வழியில் நிறைய இடங்களில் ரோட்டோரங்களில் அன்னாசிப் பழக் கடைகள் இருந்தன. அளவில் சிறிய காய்களாக இருந்தன. ஆர்கானிக் என்று நினைக்கிறேன். “ஏதாவது ஒரு இடத்தில் நிறுத்து அம்ரி” என்றேன். இரண்டு மூன்று கடைகள் கூட்டமாக இருந்த இடத்தில் அம்ரி நிறுத்தினான். அங்கே அன்னாசிப் பழக் கடையும் மாங்காய் மற்றும் இளநீர்க் கடைகளும் இருந்தன. “எது வேணும்?” என்று கேட்ட அம்ரியிடம் “எல்லாமே வேண்டும்” என்றேன்.

அன்னாசிப் பழத்தை அழகாகத் தோல் நீக்கி வெட்டிக் கொடுத்தார்கள். சிறியதாக இருந்ததால் விளையாத பிஞ்சுக் காயோ என்று நினைத்தேன்.

ஆனால் சுவை அற்புதமாக இருந்தது. அடுத்த கடையில் மாங்காய் இருந்தது. மாம்பழமும் இருந்தது. அருகில் உருண்டையாக ஏதோ இருந்தது. உற்றுப் பார்த்தால், அட நம்ப விளாம்பழம்!

விளாம்பழத்தை ஆங்கிலத்தில் வுட் ஆப்பிள் என்று சொல்வார்கள். நல்ல பொருத்தமான பெயர்தான்! 'சாப்பிட்டு எத்தனை நாட்கள் ஆகின்றன' என்று அவற்றில் சில பழங்களையும் வாங்கிக் கொண்டேன். மாங்காய்களை வெட்டி, கொஞ்சம் உப்பும் மிளகாய்ப் பொடியும் வாங்கிக் கொண்டேன். அதற்கப்புறம் தேவாமிர்த இளநீரையும் வழுக்கையையும் உறிஞ்சி உறிஞ்சிச் சாப்பிட்டு விட்டு ஒரு சிறு ஏப்பத்துடன் வண்டியில் ஏறினேன்.

"சார், எல்லாத்தையும் ஒண்ணா சாப்பிடாதீங்க! வயிறு கெட்டுப் போச்சுன்னா எதுவும் பண்ண முடியாது." அவன் சொன்னபோதுதான் வயிற்றை ஏதோ செய்கிற மாதிரி தெரிந்தது.

கார் வேகமெடுத்து ஹை-வேயில் நுழைந்தது. அருமையான டிரங்க் ரோடு! உலக வங்கித் திட்டத்தில் கட்டப்பட்டது என்று அம்ரி சொன்னதாக ஞாபகம்.

கார் அப்படியே வழுக்கிக் கொண்டு சென்றது. விரைவிலேயே கால் வந்து சேர்ந்தோம். **கால்** அல்லது **காலே** என்பது டச்சுக்காரர்களின் பகுதியாக இருந்தது. அதன் மிச்சச் சொச்சங்கள் நிறையவே இருந்தன.

கோட்டை, கொத்தளங்கள், பழைய கட்டடங்கள், ஆலயங்கள் என அந்த ஊர் முழுதும் பரவிக் கிடந்தன. அதோடு ஒரு ஐரோப்பிய நகரத்துள் வந்தது போல எங்கெங்கு நோக்கினும் வெள்ளைக்காரர்கள் கூட்டம்

அலைமோதியது. அவர்கள் இங்கு வந்து இந்த சீசனில் மாதக் கணக்கில் தங்கி விடுவார்களாம்.

ஒரு வளைவில் திரும்பியதும் **காலே கோட்டை** பிரம்மாண்டமாக முன்னால் தெரிந்தது. வழக்கம் போல் சிறு குறிப்பு பார்த்து விடுவோமா?

காலே என்ற வளைகுடாப் பகுதி இலங்கையின் தென்மேற்குக் கடற்கரையில் அமைந்திருக்கிறது. இந்தக் கோட்டை டச்சுக் கோட்டை என்று சொன்னேன் அல்லவா? ஆனால் இதனை முதலில் கட்டியது போர்த்துக்கீசியர். ஆண்டு 1588. அதன் பின் 17-ஆவது நூற்றாண்டில் டச்சுக்காரரர் ஆக்கிரமித்து ஆண்டு 1649-இல் இன்னும் விஸ்தாரமாக விரிவுபடுத்திக் கட்டினராம்.

கிட்டத்தட்ட 500 வருடங்கள் ஆகியும் அதன் அழகும் கம்பீரமும் கண்ணைக் கவர்ந்தன! இலங்கையின் தொல்பொருள் ஆய்வுத்துறை வசம் இருக்கும் இந்தக் கோட்டையை மிகுந்த பொருட் செலவில் அவர்கள்

பராமரித்து வருகிறார்கள். அப்படி இருக்கும்போது யுனெஸ்கோ சும்மா விட்டு விடுவார்களா? உலகப் பாரம்பரியச் சின்னமாக அங்கீகாரம் கொடுத்தார்கள்.

காலே பகுதி சுனாமியின் தாக்குதலால் பெரிதும் அழிவு கண்டது. ஆனாலும் சுனாமியை எதிர்த்து நின்ற இந்தக் கோட்டை பெரும்பாலும் தன்னைத் தற்காத்துக் கொண்டது. ஒரு சில பகுதிகள் சிதிலமடைந்தாலும் அதனை மீண்டும் கட்டி விட்டனர். நான் செல்லுகையில் பராமரிப்பு வேலைகள் நடந்து கொண்டுதான் இருந்தன.

இதன் உள்ளே உள்ள சில பகுதிகளுக்கு இன்னமும் டச்சுக்காரர் சிலர் உரிமையாளர்கள் என்பது ஆச்சரியமூட்டும் செய்தி!

காலே என்பது டச்சு மொழியின் காலஸ் என்ற வார்த்தையிலிருந்து வந்திருக்கலாம் என்பது சிலருடைய வாதம். இதன் அர்த்தம் “கோழி” என்பது. இன்னும் சிலர் இது காலா என்ற சிங்கள மொழியிலிருந்து வந்திருக்கிறது என்கிறார்கள். அதன் அர்த்தம் “கால்நடை மந்தை” என்பது. பின்னதற்கு லாஜிக் இருக்கிறது.

ஆனால் இந்த நகரம் என்னவோ போர்த்துக்கீசியர் மற்றும் டச்சுக்காரர்களால் மட்டும் புகழ் பெறவில்லை. கி.பி.125-150-இல் தாலமியின் உலக வரைபடத்திலேயே இது முக்கியத் துறைமுகமாகக் குறிக்கப்பட்டிருக்கிறதாம். கிரீஸ், அரேபியா, சீனா மற்றும் பல நாடுகளோடு இது நேரடி வாணிபத் தொடர்பு கொண்டிருந்தது.

இப்படி வரலாற்றுப் புகழ் பெற்ற இந்தத் துறைமுகத்தில் போர்த்துக்கீசியர் எப்படி வந்து சேர்ந்தார்கள் என்று பார்க்கலாம்!

போர்த்துக்கீசியரை மிஞ்சிய டச்சுக்காரர்களும், அவர்களை முறியடித்த பிரிட்டிஷ்காரர்களும்

காலே துறைமுகத்திற்கு 1505-இல் டாம் லொரென்கோ டி அல்மெய்டா (Lourenco de Almeida) தலைமையில் போர்த்துக்கீசியர் வந்தபோது அன்றைய அரசனாக இருந்த தர்ம பராக்கிரம பாகு (1484-1514) அவர்களை வரவேற்று மகிழ்ந்து நெருக்கமானான். ஆனால் போர்த்துக்கீசியர் வருவதற்கு முன்பே இபின் பட்டுடா என்ற பயணி இங்கு வந்து சென்றிருக்கிறார் என்பதை முன்பே பார்த்தோம். உள்ளே இருக்கும் பழைய கத்தோலிக்கச் சிற்றாலயம் (Franciscan chapel) 1541-இல் கட்டப்பட்டது.

பரிசுப் பொருட்களையும் நட்பையும் பெரிதாக மதித்த நம் அரசர்கள் செய்த தவறு, அவர்கள் தங்கள் பாதுகாப்புக்காகக் கோட்டை கட்டிக் கொள்ள வேண்டும் என்று கேட்டபோது "வணிகர்களுக்குக் கோட்டை எதுக்கு?" என்று கேள்வி கேட்காமல் அனுமதித்தது. இது முதல் தவறு! இதுவே அவர்களை ஆட்சிப் பீடத்தில் இருந்து அகற்றி அந்நியரின் ஆக்கிரமிப்பை உருவாக்கியது. இதுதான் கல்கத்தா, கோவா, சென்னை, கொழும்பு, தரங்கம்பாடி, காலே ஆகிய இடங்களில் நடந்தது.

இங்கு கால் பதித்து, இருந்து, பலமடைந்து, அதன் பின் நாடு பிடிக்கும் ஆசை வந்து கொழும்புக்குத்

தங்கள் தலைமையகத்தை மாற்றிக் கொண்டனர் போர்த்துக்கிசீயர். இது சில காலம் சிறை வளாகமாக இருந்தது. போர்த்துக்கீசியரை எதிர்ப்பவர்களை அழைத்து வந்து விதை நீக்கம் செய்யுமளவிற்கு அவர்கள் அக்கிரம ஆட்சி நடத்தினர்.

ஆனால் சித்தவாகா ராஜ்ஜியத்தின் மன்னன் ராஜசிங்கே (1581-93) போர்த்துக்கீசியரைக் கொழும்பிலிருந்து விரட்டியடிக்க, அவர்கள் திரும்பவும் காலே கோட்டைக்குள் வந்து புகுந்து கொண்டனர்.

இதில் ஆச்சரியம் என்னவென்றால் முதலில் அவர்கள் கட்டிய கோட்டை பனைமரப் பலகைகளையும் களிமண்ணையும் பயன்படுத்திக் கட்டப்பட்டது. அதன் பின் வருமானமும் கொள்ளையும் கூடக் கூட மூன்றடுக்கில் இப்போதுள்ள கோட்டையைக் கட்டி முடித்துள்ளனர். முக்கியமாக, துறைமுகப் பாதுகாப்பாகவும் இது விளங்கியது. இந்தக் கோட்டைக்கு அவர்கள் வைத்த பெயர் **சான்ட்டா குரூஸ்** (Santa Cruz).

வல்லவனுக்கு வல்லவன் வையகத்துள் வருவான் என்ற கூற்றுப்படி டச்சுக்காரர்களின் வருகை அமைந்தது. அவர்கள் வந்தவுடன் முதலில் பெரிய எதிரியாகத் தோன்றிய போர்த்துக்கீசியரை முறியடிக்க நினைத்தனர். எனவே பெரிய எதிரியைத் தோற்கடிக்கச் சிறிய எதிரியான உள்ளூர் அரசன் இரண்டாம் ராஜசிங்கேவுடன் கைகோத்து காலே கோட்டையை முற்றுகையிட்டனர். கி.பி.1640-இல் கோஸ்டர் என்பவனின் தலைமையில் 2500 பேர் கொண்ட படையுடன் சென்று போர்த்துக்கீசியரை முறியடித்துக் கோட்டையைக் கைப்பற்றிக் கொண்டனர். பின்னர்

உள்ளூர் வாழ் மக்களின் உதவியோடு கோட்டையை முற்றிலும் மாற்றியமைத்து பலப்படுத்தினர். போர்த்துக்கீசியர் கட்டிய மண் கோட்டை மாறி இப்போது கற்கோட்டையாக பலம் மிகுந்த கோட்டையாக உருமாறியது. அதன் பின் போர்த்துக்கீசியர் தலையெடுக்க முடியவில்லை. 18-ஆவது நூற்றாண்டில் இது மறுபடியும் மாற்றியமைக்கப்பட்டபோது 14 கொத்தளங்கள் அமைக்கப்பட்டு 130 ஏக்கராகப் பவளப்பாறைகள் கொண்டு கட்டப்பட்டது.

போர்த்துக்கீசியர் கத்தோலிக்கர் என்பதால் கத்தோலிக்க ஆலயத்தைக் கட்டினர். ஆனால் டச்சுக்காரர்கள் பிராட்டஸ்டண்ட் என்பதால் உள்ளே அவர்களுக்கு ஒரு ஆலயத்தைக் கட்டிக் கொண்டனர். ஒவ்வொன்றும் சிறிதாக இருந்தாலும் மிக அழகாக இருந்தன. அது தவிர சிறு வீதிகள் அமைக்கப்பட்டுப் படை வீரர்கள் தங்கினர். நிர்வாக அலுவலகங்கள் கட்டப்பட்டன. இருப்பதிலேயே உயர்ந்த கட்டடம் கோட்டையின் கமாண்டர் மாளிகை.

மாற்றம் என்பது மட்டும்தான் மாறாதது என்பதால் அடுத்து வந்த பிரித்தானியர், காலே ஒரு பலம் வாய்ந்த கோட்டை என்பதால் கொழும்பைப் பிடித்த மறு வாரம் காலே கோட்டையையும் பிடித்துக் கொண்டனர். இது நடந்தது 1796-இல். அதன் பின் இலங்கைத் தீவு 1948-இல் சுதந்திரம் அடையும் வரை இக்கோட்டை பிரித்தானியர் கைவசம்தான் இருந்தது. ஆனால் அவர்கள் கொழும்பைத் தலைநகராக ஆக்கிக் கொண்டதால் காலேவின் முக்கியத்துவம் அதன் பின் குறைந்து போனது.

கோட்டையின் மேலே ஏறி கம்பீரமாக ராஜநடை (ராஜ சேகர் நடை என்பதன் சுருக்கம்தான். தப்பா எடுத்துக்காதீங்க மக்களே!) போட்டு வலம் வந்தேன். ஒருபுறம் காலே நகர் புதிதும் பழையதுமான கட்டடங்களாய்த் தெரிந்தது. இன்னொரு புறம் ஆர்ப்பரிக்கும் கடலலை கோட்டைச் சுவர்களை முட்டி மோதிக் கொண்டிருந்தது. வெளியில் சூரியன் கதிர்களை உக்கிரமாகப் பாய்ச்ச முயல, கடற்கரைக் காற்று அக்கதிர்களை அணைத்து அணைத்துத் தழுவி சாந்தப்படுத்த முயன்று ஓரளவு வெற்றியும் அடைந்திருந்தது.

கடல் இரு வண்ணங்களாய் ஜொலித்தது. கடற்கரைப் பகுதியில் இளநீலமும் உள்ளே கொஞ்சம் தள்ளி மேக நீலமுமாகக் கண்ணைப் பறித்தது. இப்படி ஒரு தெளிந்த வண்ணத்தை நான் ஹவாயில்தான் பார்த்திருக்கிறேன். கோட்டையின் மறுபுறம் நடந்தபோது நடுவில் என் எதிரே கலங்கரை விளக்கம் என்று சொல்லப்படும் ஒரு பழைய லைட் ஹவுஸ் இருந்தது. சுமார் 60 அடி உயரமுள்ள இது மிகவும் பழையது அல்ல. 1938-இல்தான் கட்டப்பட்டதாம். அங்கு மராமத்துப் பணி நடந்து கொண்டிருந்ததால் உள்ளே சென்று பார்க்க அனுமதியில்லை. அதன் மறுபுறம் அரசு அலுவலகங்கள் இன்னும் இயங்கிக் கொண்டு இருக்கின்றன. ஞாயிற்றுக்கிழமை ஆதலால் எல்லாம் பூட்டப்பட்டு இருந்தன.

மறுபுறம் 1883-இல் விக்டோரியா மகாராணிக்கு மரியாதை செலுத்தும் ஒரு உயரமான மணிக்கூண்டு இருந்தது. மூர் இன மக்கள் நிறைய இருப்பதால் கோட்டையின் உள்ளே பழைய பள்ளிவாசல், கிறிஸ்தவ

ஆலயங்கள் இருந்தன. காலே நகரில் பெரும்பாலும் டச்சுக் காலத்தில் வைத்த தெருப் பெயர்களே இன்றும் இருக்கின்றன. தமிழகத்திலிருந்து இடம்பெயர்ந்த ஏராளமான மீனவர்கள் இங்கு வசிக்கின்றனர். இவர்கள் இருக்கும் தெருவுக்குப் 'பரவர் தெரு' என்று பெயரிடப்பட்டிருக்கிறது.

இன்னொரு புறம் பார்த்தபோது கிரிக்கெட் ஸ்டேடியம் தெரிந்து உற்சாகமானேன். இதுதான் 2017-இல் இந்திய - இலங்கை ஆட்டம் நடந்த இடம். உங்கள் அனைவருக்கும் அறிமுகமான அந்த காலே விளையாட்டு அரங்கத்தைப் பற்றிச் சில தகவல்களைச் சொல்லட்டுமா?

தமிழகத்தின் மருமகன் முத்தையா முரளிதரன் எடுத்த 800-ஆவது விக்கெட்!

காலே கிரிக்கெட் மைதானத்தில் வெள்ளையுடை அணிந்து அங்கு இரு குழுக்கள் விளையாடிக் கொண்டிருந்தனர். அது சர்வதேச விளையாட்டாக இருந்தால் உடனே போயிருப்பேன். ஆனால் ஏதோ லோக்கல் டோர்னமெண்ட்டாக இருக்கும் போல. விளையாடுபவர்களைத் தவிர்த்து காலரிகளில் அதிகப் பேர் காணப்படவில்லை. இருபுறமும் இந்தியப் பெருங்கடல் சூழ, மைதானமே மேலிருந்து பார்க்க ஒரு தீவு போலவே தெரிந்தது. அதனால் உலகத்திலுள்ள எல்லாக் கிரிக்கெட் மைதானங்களிலும் இதுவே அழகு மிகுந்தது என்று போற்றப்படுகிறது!

நமக்கெல்லாம் தெரிந்தது போல இங்கிலாந்தில் உருவான கிரிக்கெட் அவர்களால் அடிமைப்படுத்தப்பட்ட எல்லா நாடுகளுக்கும் எடுத்துச் செல்லப்பட்டது. இன்றைக்கு அந்த நாடுகளில் மட்டுமே கிரிக்கெட் விளையாடப்படுகிறது. ஆஸ்திரேலியா, தென் ஆப்பிரிக்கா, நியூசிலாந்து, கனடா, மேற்கிந்தியத் தீவுகள், இலங்கை, பாகிஸ்தான், பங்களாதேஷ் (எந்த நாடாவது விட்டுப் போச்சா மக்களே?) மற்றும் நம் நாடான இந்தியா ஆகிய நாடுகளில் மட்டுமே இது விளையாடப்படுகிறது.

அமெரிக்க, ஐரோப்பிய நாடுகளில் கிரிக்கெட்டைப் பற்றி யாருக்கும் தெரியாது.

அது மாதிரிதான், காலேவில் பிரிட்டிஷாரால் 1876-இல் அமைக்கப்பட்ட குதிரைப் பந்தய மைதானம்தான் பிற்காலத்தில் கிரிக்கெட் விளையாடப் பயன்படுத்தப்பட்டு அதன் பின்னர் 1927-இல் கிரிக்கெட் ஸ்டேடியமாக முற்றிலுமாக மாற்றியமைக்கப்பட்டது.

இலங்கை கிரிக்கெட் கிளப்பும் காலே கிரிக்கெட் கிளப்பும் இதில் விளையாடி வருகின்றன. ஒரே சமயத்தில் மொத்தம் 35,000 பேர் இதில் உட்கார்ந்து ஆட்டத்தை ரசிக்க முடியும்.

முதல் தரப் போட்டிகள் இங்கு 1984-இலிருந்து நடத்தப்படுகின்றன. ஆனாலும் உலக அளவிலான முதல் டெஸ்ட் போட்டி இங்கு 1998-இல்தான் இலங்கை - நியூசிலாந்து அணிகளுக்கிடையே நடைபெற்றது. இதில் இலங்கை இன்னிங்ஸ் வெற்றி பெற்றது. முதல் ஒருநாள் சர்வதேசப் போட்டி இங்கு 1998-இல் இலங்கை - இந்திய அணிகளுக்கிடையே நடந்தது. இது மழையினால் நின்று போனது.

2017 ஜூலை 17-இல் இந்தியா - இலங்கைக்கு இடையில் நடந்த டெஸ்ட் போட்டியில் இந்தியா இன்னிங்ஸ் வெற்றி பெற்றது கிரிக்கெட் விசிறிகளுக்கு நினைவிருக்கும் என நினைக்கிறேன்.

இலங்கையில் உள்ள மொத்த 7 சர்வதேச அரங்குகளில் இதுவும் ஒன்றாக இருக்கிறது.

2004-இல் வந்த சுனாமியால் இந்த அரங்கும் பெரும் சேதத்தைக் கண்டது. சுனாமியால் பாதிக்கப்பட்ட பலரும் இங்கு வந்து தற்காலிகமாகத் தங்கியிருந்தனர்.

மக்களுக்கு உதவுவதற்காக இங்கு ஒரு முகாம் அமைக்கப்பட்டு ஹெலிதளமொன்றும் உருவாக்கப்பட்டதாம்.

பின்னர் போட்டிகள் நடைபெற முடியாத நிலையில் 2006 மே மாதம் சீரமைப்புப் பணி ஆரம்பிக்கப்பட்டு, டிசம்பர் 2007-இல் மறுபடியும் திறக்கப்பட்டது. அப்போதிருந்த இலங்கைக் குடியரசுத் தலைவர் மகிந்த ராஜபக்ச இதனைத் திறந்து வைத்தார். சுனாமிக்குப் பின் நடந்த புதுப்பிக்கும் பணிக்கு 50 கோடிக்கு மேல் செலவானது. உலகளவில் அதற்கு நன்கொடை திரட்டப்பட்டது. ஆஸ்திரேலியாவின் ஷேன் வார்ன், இங்கிலாந்தின் ஐயன் போத்தம் ஆகிய புகழ் பெற்ற கிரிக்கெட் வீரர்கள் குறிப்பிட்ட அளவில் கொடையளித்தனர்.

புதிதாகக் கட்டப்பட்ட வி.ஐ.பி பெவிலியனுக்கு மகிந்தா ராஜபக்சேவின் பெயர் சூட்டப்பட்டுள்ளது. இதில் 500 பேரளவில் வி.ஐ.பி-கள் அமர முடியும். அதே நாளில் நடைபெற்ற இலங்கை இங்கிலாந்துக்கு இடையேயான டெஸ்ட் மேட்ச் டிராவில் முடிந்தது.

2010-இல் ஓய்வு பெற்ற இலங்கையின் தலைசிறந்த பந்து வீச்சாளரான முத்தையா முரளிதரன் இங்குதான் தன் கடைசி மேட்ச்சை விளையாடினார். அந்த மேட்ச் விளையாடும்போது ஒரு சுவாரசிய நிகழ்ச்சி நடந்தது!

முத்தையா முரளிதரன் ஏற்கெனவே 792 விக்கெட்டுகள் எடுத்திருந்தார். அந்தக் கடைசி மேட்ச்சில் எட்டு விக்கெட்டுகள் எடுத்தால் 800 விக்கெட்டுகள் எடுத்த வீரராக ஆக முடியும். எனவே அவர் மேல் பெரிய எதிர்பார்ப்பு இருந்தது. அதனால் பிரஷரும் கூடிக் கொண்டிருந்தது. அந்த மேட்ச்சில்

தனது முதல் விக்கெட்டாக, அதாவது 793-ஆவது விக்கெட்டாக அவர் வீழ்த்தியது சச்சின் டெண்டுல்கரை. அடுத்து, முதல் இன்னிங்சிலேயே மடமடவென்று இன்னும் நாலு விக்கெட்டுகளை எடுத்து 797 என்று வந்தபோது ரசிகர்களின் ஆர்வமும் உற்சாகமும் கரைபுரண்டது. பரபரப்பான அந்தச் சூழ்நிலையில் நடந்த 2-ஆம் இன்னிங்சில் அடுத்த இரண்டு விக்கெட்டுகளை வேகமாக எடுத்து அவருடைய மொத்த எண்ணிக்கை 799 ஆனது. ஆனால் அந்தக் கடைசி விக்கெட்டான 800-ஐத் தொடுவதற்கு வெகு நேரமானது. ஆனாலும் 800-ஐத் தொட்டு நற்பெயரோடும் புகழோடும் அவர் ஓய்வு பெற்றார். அப்படி அவர் எடுத்த 800-ஆவது விக்கெட் பிரக்யான் ஓஜா.

முத்தையா முரளிதரன் ஒரு தமிழன் என்பதோடு அவர் தமிழ்நாட்டு மருமகனும் ஆவார். அடையாறு மருத்துவமனையின் நிறுவனர் டாக்டர் ராமமூர்த்தி - டாக்டர் நித்யா தம்பதிக்குப் பிறந்த மகளான மதிமலர் அவர்களை இவர் திருமணம் செய்து கொண்டார்.

இந்த மைதானத்தில் பல சாதனைகள் நடத்தப்பட்டிருக்கின்றன. பொதுவாக இந்த மைதானம் ஸ்பின் பவுலிங்குக்கு ஏற்றதாகக் கருதப்படுகிறது. அதனால்தான் இங்கு மொத்தம் நடந்த 23 டெஸ்ட் மேட்ச்சுகளில் 12 போட்டிகளை இலங்கை வென்றிருக்கிறது. இலங்கையின் ஸ்பின் பவுலர்கள் உலகில் சிறந்தவர்கள் அல்லவா? ஆனால் இங்கு நடந்த 8 ஒருநாள் போட்டிகளில் இலங்கை ஜெயித்தது 2-இல்தான். ஆறு டெஸ்ட் போட்டிகள் டிரா ஆகியிருக்கின்றன.

காலே கிரிக்கெட் ஸ்டேடியம் பற்றிப் பல விவரங்களைப் படித்த மக்களே, நேரில் போய்ப் பார்க்க வேண்டும் போலத் தோன்றுகிறதா? அடுத்த மேட்ச்சுக்குத் தயாராகுங்கள் போய் வரலாம்!

அடுத்து எங்கே என்று அம்ரியிடம் கேட்டபோது கடலுக்குள்ளே போகலாம் என்றான். சுனாமி வந்தால் என்ன செய்வது என்று யோசித்தேன்.

கடல் ஆமையும் காதல் அழகியும்

“சார், சுனாமி வரும்னு பயந்துக்கிட்டேயிருந்தா மீனவர் வாழ்க்கைக்கு என்ன செய்வது?” என்று கேட்டான் அம்ரி.

“நீ சொல்வது சரிதான்! விமான விபத்துகளுக்கு பயந்து கொண்டு இருந்தால் நான் ஒரு இடத்திற்கும் போயிருக்க முடியாது.”

“ஆமாம் சார்! அல்லா எப்ப கூப்பிடுறானோ அப்ப போக வேண்டியதுதானே!”

“கொஞ்சம் பொறுமையாய்க் கூப்பிடச் சொல்லுப்பா, அல்லாவை! நான் ஊர் போய்ச் சேர்ந்திடுறேன்.”

“சரி, விடுங்க சார்! உங்களுக்கு எப்போதும் கிண்டல்தான். சுனாமின்னு சொன்னதும் ஞாபகத்துக்கு வருது... ஒரு இடத்திற்கு உங்களைக் கூப்பிட்டுப் போகிறேன்.”

போகிற வழியில் கூட்டம் கூட்டமாக வெள்ளைக்காரர்களைப் பார்த்தோம். கண்டியை விட காலேயில் அதிகமான வெள்ளைக்காரர்களைப் பார்த்தேன். குடும்பம் குடும்பமாகக் கையில் சர்ஃபிங் பலகையை வைத்துக் கொண்டு ஆண்கள் ஷார்ட்சிலும் பெண்கள் நீச்சல் உடையிலும் இருந்தார்கள். தெருவில் நடந்து திரிந்து கொண்டு இருந்தார்கள். அம்ரியிடம் கேட்டபோது சொன்னான், இவர்கள் இங்கு வந்து

மாதக்கணக்காகத் தங்கி விடுவார்களாம். குறிப்பாக, ஐரோப்பாவில் குளிர் சமய மாதங்களான டிசம்பர், ஜனவரி, பிப்ரவரி காலத்தில் இங்கு வந்து மூன்றிலிருந்து ஆறு மாதங்கள் இங்கு தங்கி விடுவார்களாம். அவர்களுக்கென்று இங்கு விடுதிகளும் நிறைய உண்டாம். அவர்களின் பெரும்பாலான பொழுதுபோக்கு கடற்கரையில் சன்பாத் எடுப்பது, கடலில் நீந்துவது, ஸ்நார்க்லிங், சர்ஃபிங் போன்றவைதான். “பீச்சில் இவர்களை நிறையப் பார்க்கலாம் சார்” என்றான். உங்கள் கற்பனைகளைக் கொஞ்சம் நிறுத்தி விட்டு அம்ரியைப் பின் தொடர்வோம்.

அம்ரி, கூப்பிட்டுப் போன இடம் கொஞ்சம் வித்தியாசமானது. அனாதை யானைகளின் ஆசிரமத்தைப் பார்த்தோமே? இது அது போலவே ஒரு ஆசிரமம்தான். ஆனால் இது யானைகளுக்கு அல்ல, ஆமைகளுக்கு! என்ன, ஆச்சரியமாக இருக்கிறதா? வாருங்கள், உள்ளே போவோம்!

இதனை நடத்துபவரின் குடும்பத்தில் அப்பா, அம்மா ஆகியோர் சுனாமியால் இறந்து விட அந்தப் பொறுப்பை ஏற்று இப்போது மகன் இதனை நடத்துகிறார். உள்ளே பல தொட்டிகளில் உள்ள நீரில் பல வித விதமான ஆமைகள் இருந்தன. சிறிய குஞ்சுகளிலிருந்து மிகப் பெரிய சைஸ் வரை இருந்தன. அதோடு ஆமைகள் என்றாலும் வேறு வேறு இனங்கள் இருந்தன. ஒவ்வொரு தொட்டியிலும் அவை பிறந்த தேதி, வயது ஆகியவை எழுதப்பட்டிருந்தன. ஒவ்வொரு தொட்டியாகப் போய்ப் பார்த்தேன். நான் உள்ளே போகும்போது அங்கே ஒருவருமில்லை. ஆனால் சிறிது நேரத்தில் ஒரு வெள்ளைக்காரக் குழு உள்ளே நுழைந்தது.

உள்ளே வந்த ஒரு இளம் தம்பதியரில் அந்தப் பெண்ணுக்கு ஒரு விபரீத ஆசை வந்தது. ஒரு ஆமைக் குஞ்சை எடுத்துக் கொஞ்ச வேண்டும் என்று. அவளுடைய ஆசையைத் தன் காதலன் அல்லது கணவனிடம் சொல்ல, அவன் அதை ஒரு வழியாக ஆங்கிலத்தில் மொழிபெயர்த்துச் சொல்ல, நான் ‘என்ன பைத்தியக்காரத்தனம் இது!’ என்று நினைத்தபோது சற்றும் எதிர்பாராத ஒரு விஷயம் நடந்தது. அந்த இடத்தை நடத்துபவரின் மகள் வந்து ஒரு ஆமையை அப்படியே நீர் சொட்டச் சொட்டத் தொட்டியிலிருந்து எடுத்து அவளுடைய கைகளில் கொடுக்க அவள் பரவசமானாள். அவள் கையில் இருக்கும்போது ஆமையும் அழகாகத்தான் இருந்தது. அவளால் ஆமைக்கு அழகா, இல்லை ஆமையால் அவளுக்கு அழகா என்று தெரியவில்லை.

“ஏலேய் சேகர்! ஒரு பழைய கவிஞன் கொஞ்சம் எட்டிப் பார்த்தது போலத் தெரிகிறதே?”

“வந்துட்டான்டா இம்சை அரசன் மகேந்திரவர்மன்! ஏண்டா, இந்த வரியைப் பாத்தா கவிதை மாதிரியா தெரியுது? சும்மா இரேண்டா! கவிதையெல்லாம் எழுதி 25 வருடம் ஆச்சுடா!”

“ஓ! உனக்கு கல்யாணம் ஆகி சமீபத்தில் 25 வருஷம் ஆச்சே, அதைச் சொல்றயா? அப்ப இந்த கவிதை, கத்திரிக்காய் எல்லாம் கல்யாணத்துக்கு முன்னாலதான் வரும்னு சொல்றியா?”

“அடே சாமி, ஆள விடுறா! நான் அப்படில்லாம் எதுவும் சொல்லலை.”

“பின்ன, நீ சொன்னதுக்கு என்னடா அர்த்தம்?”

“ஒரு அர்த்தமுமில்ல. நேரமாச்சு, நீ போய்த் தூங்குடா!”

மகேந்திரன் சொல்றது உண்மைதானோ? ஏன் என்னுடைய கவிதைகள் நின்னு போச்சு? நான் கவிதை பழகாமல் விட்டு விட்டேனோ? இப்படி நம்ம திறமைகளைப் பயன்படுத்தாமல் விட்டுவிட்டால் அது அப்படியே மறைந்து விடும்தான். ஆனால் அதற்கேற்ப சந்தர்ப்பம் சூழ்நிலை அமையாவிட்டால் கவிதை எங்கே வரப் போகிறது? இந்த எழுத்து, உரைநடையாவது வருகிறது என்று சந்தோஷப்பட வேண்டியதுதான்.

இந்த மகேந்திரன் வந்து டிராக்கை மாத்திட்டான். கொஞ்சம் இருங்க! செல்போனை சைலன்ட் மோடில் போட்டு விடுகிறேன். ஓ.கே! மறுபடியும் காலேக்குத் திரும்புவோம்.

நான் அதனை ஆச்சரியத்துடன் பார்க்க, “உங்களுக்கும் கையில் தரட்டுமா?” என்று கேட்டாள் அந்தக் காப்பகப் பெண். “இல்லை! வேண்டாம்” என்று அவசரமாக மறுத்து விட்டேன்.

அதன் பின் அந்தப் பெண்ணிடம் நான், “எதற்காக இப்படித் தொட்டியில் வைத்திருக்கிறீர்கள்? அவை சுதந்திரமாக இருப்பதுதான் அவைகளுக்குப் பிடிக்குமல்லவா? கடல்ல போற ஆமையை எதற்கு இப்படி எடுத்து வந்து வைத்திருக்கிறீர்கள்?” என்று கேட்டேன். அப்போது அந்தப் பெண்ணின் அப்பா வந்து விளக்க ஆரம்பித்தார்.

அதற்குள் இன்னும் சில வெள்ளைக்காரர்கள் வர, யூரோவோ டாலரோ கிடைக்குமென்று அவர்களிடம் சென்றார். எனக்குக் கொஞ்சம் கோவம் வந்தது. ‘நானும் நியூயார்க்கிலிருந்து வருகிறேன். நானும் டாலர் தருவேன்’ என்று கத்த வேண்டும் போல இருந்தது. ஒருவேளை சிங்கள - தமிழ்ப் பிரச்சினையாக இருக்குமோ! நான் தமிழில் அம்ரியிடம் பேசியதை அவர்கள் கேட்டார்கள். அந்தக் குடும்பம் ஒரு சிங்களக் குடும்பம்.

என்னுடைய கற்பனை சந்தேகங்கள் எங்கெங்கோ செல்ல, அதனைக் கட்டுப்படுத்திக் கொண்டு அந்த வெள்ளைக்காரர்களுக்கு எடுத்துச் சொல்லுமிடத்திற்கு நானும் போய் வாய் பார்க்க ஆரம்பித்தேன்.

“ஆமைகளின் பூர்வீகம் எத்தனை ஆண்டுகள் என்று யாராவது யூகிக்க முடியுமா?” என்று கேட்டார் பெண்ணின் அப்பா.

சிலர் அப்போது ஆயிரம், பத்தாயிரம் என்று சொன்னார்கள். அவர் சொன்னார், “ஆமைகள் மிகவும் பழைமை வாய்ந்தவை. சுமார் 100 மில்லியன் வருடங்களாக இவை பூமியில் இருக்கின்றன. டைனோசர்ஸ் வாழ்ந்த சமயத்தில் இவையும் வாழ்ந்து வந்தன” என்று சொன்னார். ஆமைக் கதை சுவாரசியமாக இருந்தது.

கடல் ஆமைகள் கடத்தப்படுவது ஏன்?

நூறு மில்லியன் வருடங்களுக்கு முந்தியது ஆமை என்று சொன்னபோது வாயைப் பிளக்காதவர்களே இல்லை. மில்லியன் வேணாம்ப்பா கோடியில சொல்லு! அப்படின்னு சொல்றவங்களுக்கு இதோ கோடியில்:- ஒரு மில்லியன் என்பது பத்து லட்சம், பத்து மில்லியன் என்பது ஒரு கோடி, ஆக 100 மில்லியன் = 10 கோடி ஆண்டுகள்!

அடேங்கப்பா! இது கல் தோன்றி மண் தோன்றாக் காலத்தில் வாளோடு (அல்லது வாலோடு என்றும் வைத்துக் கொள்ளலாம்) முன் தோன்றிய நம் தமிழ் இனத்திற்கும் முந்திய இனம் போல் தெரிகிறதே! ஆமைகள் தற்போது மொத்தம் எட்டு வகைகள் மட்டுமே இருக்கின்றன. பல வகைகள் அழிந்து விட்டன. ஆனால் ஆமைகள் வேட்டையாடப்படுவதால் இந்த 8 இனமும் கூட அழியும் சூழ்நிலையில் இருக்கின்றனவாம்.

‘ஆமைகளை வேட்டையாடுகிறார்களா!’ எனக்குப் புதிராக இருந்தது.

ஆமைகள் தாங்கள் இனப்பெருக்கம் செய்வதற்காக ஆண்டிற்கு ஒரு முறை சில குறிப்பிட்ட இடங்களில் சேருமாம். இனச்சேர்க்கை முடிந்து பெண் ஆமைகள் கடற்கரைக்கு வந்து முட்டையிடுமாம். முட்டையிடும் வயது 30 வயதுக்கு மேல். இவை இரவில்தான் முட்டைகளை இடுமாம். அதுவும் தாங்கள் எந்தக்

கடற்கரையில் பிறந்தனவோ, அதே கடற்கரையில்தான் தன் முட்டைகளை இடும் என்றும் சொல்கிறார்கள். ஆச்சரியமாக இருந்தது! ஒரு தடவையில் 120 முட்டைகள் வரை இடுமாம். நல்லவேளை, மனிதர்களுக்கு இப்படி ஒரு இனப்பெருக்கம் இல்லை. இல்லையென்றால் ஒருவர் தலை மீது ஒருவர் நடக்குமளவுக்கு நெருக்கம் அதிகரித்து விடும். இந்த முட்டைகள் டேபிள் டென்னிஸ் (பிங்பாங்) பந்துகளின் சைசில் வெள்ளை நிறத்தில் இருக்குமாம்.

தன்னிடமிருந்து உருவாகும் ஒருவிதத் திரவத்தால் இந்த முட்டைகளைப் பெண் ஆமைகள் ஈரப்பதத்தில் வைத்திருக்குமாம். அப்படி வைத்துவிட்டுத் திரும்பவும் கடலுக்குப் போய் விடுமாம். அதன் பின் முட்டைகளுடனோ குஞ்சுகளுடனோ அவற்றுக்குத் தொடர்பு இருக்காது.

கடற்கரை மணலில் சூரிய வெப்பத்தில் இருக்கும் முட்டைகள் சுமார் 60 நாட்கள் கழித்துத் தாமாகவே குஞ்சு பொரிந்து ஓட்டை உடைத்துக் கொண்டு வெளியே வந்து தாமாகவே கடலை நோக்கிச் சென்று கலந்து விடுமாம். பிறந்த ஆமைக் குஞ்சுகளின் அளவு வெறும் 5 சென்ட்டி மீட்டர்தான்!

ஆமைகளும் அவற்றின் முட்டைகளும் வேட்டையாடப்படுகின்றன அல்லது அழிகின்றன என்று சொன்னேனே? அது எப்படி என்று பார்ப்போம்!

ஆமை ஓடுகள் அல்லது அதன் முட்டை ஓடுகளால் அழகுப் பொருட்கள் மற்றும் ஆபரணங்கள் செய்யப்படுகின்றன. ஆமைகளின் முட்டைகளுக்கு நல்ல டிமாண்ட் இருக்கிறது. ஆமைகள் கறிக்காகவும் வேட்டையாடப்படுகின்றன. மீன் வலைகளில் மாட்டிக்

கொண்டு இறந்து போகின்றன. மோட்டார் படகுகள் அதிவேகத்தில் செல்லும்போதும் அடிபட்டு இறந்து விடுகின்றன. மாசுபட்ட கடற்கரைகள், கடல் நீர் மாசு, கடற்கரைகளில் இருக்கும் ஹோட்டல்கள், ரிசார்ட்டுகள் ஆகியவை ஆமைகளின் இனப்பெருக்கத்திற்குத் தடையாக இருக்கின்றன. பாலித்தீன் மற்றும் பிற கழிவுகள் கடலில் வீசப்படுவதாலும் அவை ஆமைகளால் சாப்பிடப்பட்டு அழிவு ஏற்படுகிறது.

இதனை எப்படித் தடுக்கலாம் என்பதற்கும் அவர் பல வழிகளை விளக்க ஆரம்பித்தார்.

- ✓ ஆமைகள் இனப்பெருக்கம் நடக்கும் கடற்கரைப் பகுதிகள் பாதுகாக்கப்பட்டுச் செயற்கை விளக்குகள் அகற்றப்பட வேண்டும்.

- ✓ பவளப்பாறைகள், கடற்பாசிகள் போன்ற ஆமைக்கு உணவாக இருக்கும் இடங்கள் பாதுகாக்கப்பட வேண்டும்.

- ✓ ஆமை உட்பட கடல்வாழ் உயிரினங்களுக்குப் பாதிப்பு ஏற்படாத வண்ணம் மீன்பிடித் தொழில் நடத்தப்பட வேண்டும்.

- ✓ கடல் மாசுபடுவதை முற்றிலும் தடுக்க வேண்டும்.

- ✓ ஆமை ஓடுகளை வைத்துச் செய்யும் பொருட்களுக்குத் தடை விதிக்க வேண்டும்.

- ✓ மக்கள் ஆமை முட்டை, ஆமை இறைச்சி சாப்பிடுவதைத் தவிர்க்க வேண்டும்.

- ✓ மக்களுக்கு விழிப்புணர்வு கொண்டு வந்து அழிந்து போய்க் கொண்டிருக்கும் இனத்தை மீட்டு அடுத்த தலைமுறைக்கு விட்டு வைக்கலாம்.

"அதெல்லாம் சரி, இதில் உங்களின் பங்கை எப்படிச் செய்கிறீர்கள்?" என்று கேட்டேன். அதற்குக் கிடைத்த பதிலைக் கீழே தருகிறேன்.

"எங்களுடைய முக்கிய நோக்கம், இந்த ஆமை இனத்தை முடிந்த வரையில் பாதுகாத்து அடுத்த தலைமுறைக்கு எடுத்துச் செல்வதுதான். அதற்கு நாங்கள் ஆமை முட்டைகளை எடுத்துப் பாதுகாப்புடன் எங்களிடத்தில் இருக்கும் இன்குபேட்டர்களைப் பயன்படுத்திக் குஞ்சு பொரிய வைக்கிறோம். அதன் பின் அவற்றை மிகக் கவனத்துடன் கடலில் கொண்டு போய்ச் சேர்க்கிறோம். அது தவிர உடல்நலம் பாதிக்கப்பட்ட ஏராளமான ஆமைகள், மீனவர்களின் வலையால் சேதப்படுத்தப்பட்டவை ஆகியவற்றை எடுத்துக் கொண்டு வந்து, பராமரித்து, சுகப்படுத்தி மீண்டும் கடலில் கொண்டு போய் விடுகிறோம்.

அது தவிர வெவ்வேறு ஆமை இனங்களை கொண்டு வந்து வளர்த்து நான்கு அல்லது ஐந்து வருடங்கள் கழித்து கடலில் கொண்டு போய் விடுகிறோம். இதன்

மூலம் பல ஆமை இனங்களும் காப்பாற்றப்படும். அது தவிர அந்த இனங்களை இங்கே பொதுமக்கள் பார்ப்பதற்காக வைத்திருக்கிறோம். உங்களைப் போல பல மக்களும் வெளிநாட்டு சுற்றுலாப் பயணிகளும் வந்து பார்த்து எங்களை ஆதரிக்கிறார்கள். இது முழுக்க முழுக்க வருகை தருபவர்கள் நன்கொடையால்தான் நடக்கிறதே தவிர பலர் நினைப்பது போல் அரசாங்க உதவி என்று ஒன்றுமில்லை.

ஆமை முட்டைகளை மீனவர்களிடமிருந்தும் கடற்கரையின் அருகில் வாழும் மக்களிடமிருந்தும் நாங்கள் விலை கொடுத்து வாங்கித்தான் குஞ்சு பொரிக்கிறோம். மொத்தம் 4000 முட்டைகள் இதில் வைத்திருக்கிறோம். அவற்றுள் சுமார் 3000 வரை குஞ்சு பொரியும். இது ஒரு மாதக் கணக்கு. ஒரு சில நாட்களில் இவற்றை கடலில் விட்டு விடுவோம். நாங்கள் விலை கொடுத்து வாங்குவதால் பலர் முட்டைகளை சாப்பிடுவதை நிறுத்தி எங்களிடம் விற்று விடுகிறார்கள். அதனால் பல ஆமைகள் எங்களால் காப்பாற்றப்படுகின்றன" என்கிறார். சமீபத்தில் மட்டும் லட்சக்கணக்கான ஆமைகள் காப்பாற்றப்பட்டிருக்கிறதாகச் சொன்னார்கள்.

நாமும் நட்சத்திர ஆமைகள் கடத்தப்படுவதைப் பற்றிச் செய்திகளில் அடிக்கடி பார்த்திருப்போம். ஆமை வகைகளிலேயே மிக அழகானவை என அறியப்படுபவை நட்சத்திர ஆமைகள். உணவு, மருந்து தயாரிப்புக்காகக் கடத்தப்படும் இந்த ஆமைகள், வீட்டில் செல்லப் பிராணிகளாகவும் வளர்க்கப்படுகின்றன. சர்வதேசச் சந்தையில் இவை நல்ல விலை போவதால்,

இந்தியாவில் இவற்றின் கடத்தல் வணிகம் அதிகரித்துள்ளது.

"அம்மாடி! இந்த ஆமைகள் வரலாற்றில் இவ்வளவு இருக்கிறதா!!" என்றபடி தொட்டிகளில் உள்ள ஆமைகளைப் பார்த்தேன். எல்லாம் நல்ல ஆரோக்கியத்துடன் இருந்தன. இந்த இல்லம் கடற்கரை ஓரத்தில் இருக்கிறது. பின்னால் வங்காள விரிகுடா ஆர்ப்பரித்துக் கொண்டிருந்தது. ஆமைகளுக்காக இவர்கள் தங்கள் வாழ்க்கையைக் குடும்பமாக அர்ப்பணித்து வாழ்வது ஆச்சரியத்திலும் ஆச்சரியமாக இருந்தது.

வாருங்கள், கடலுக்குள் பயணித்து அதன் மற்ற ஆச்சரியங்களைப் பார்ப்போம்!

பரதேசிக்கு நீச்சல் தெரியுமா தெரியாதா?

அங்கிருந்து சிறிது தூரம் பயணித்து காலே பேருந்து நிலையம் அருகில் இருந்த ஒரு இந்திய உணவகத்தில் மதிய உணவு சாப்பிட்டோம். சாலட் தவிர எதுவும் சொல்லிக் கொள்ளும் போல இல்லை. இந்திய உணவை மட்டுமே தேடிப் போகாமல் வெவ்வேறு உணவுகளைச் சாப்பிட்டுப் பார்க்கும்படி மனது சொல்கிறது. ஆனால் நாக்கும் வயிறும் கேட்க மாட்டேன்கின்றன. எத்தனை முறை ஏமாந்தாலும் இதுவே தொடர்கிறது. நான் என்ன செய்வது!

அம்ரி நன்றாகவே சாப்பிட்டான். அவனுக்கு எந்தப் பிரச்சினையும் இல்லை போலிருக்கிறது. வயிறு நிரம்பினால் போதும் போலத் தெரிகிறது. முன்பே சொன்னது போல் அம்ரி நல்ல வாட்ட சாட்டமான ஆள்! நல்லதுதான், சுற்றுலா வழிகாட்டி, ஓட்டுநர் மட்டுமல்லாமல் என்னோட பாதுகாவலனும் அவன்தானே! எனக்குத்தான் பிரச்சினை. சுடர் மிகும் அறிவுடன் ஆண்டவன் படைத்தானோ இல்லையோ, ருசி மிகும் நாவினைப் படைத்து விட்டான்! என்ன செய்வது!

“சார், நீங்கள் ஸ்விம்மிங் போகிறீர்களா? இல்லை, சர்ஃபிங்கா, இல்லை ஸ்நார்க்லிங்கா?”

“எங்கே?... எதில்?...”

“என்ன, இப்படிக் கேட்கறீங்க! கடலில்தான்.”

‘அடடே! அம்ரிக்கு என்னைப் பற்றித் தெரியாது போலிருக்கு!’

“என்ன சார், சீக்கிரம் சொல்லுங்க!”

“அந்தப் பொருட்களோ உடையோ எடுத்து வரவில்லையே!”

“சார், அதனால்தான் கேட்கிறேன். இங்கே அவையெல்லாம் வாடகைக்குக் கிடைக்கும்.”

“அப்படியா? இருக்கட்டும் பரவாயில்லை. இன்னொரு நாள் பார்த்துக் கொள்ளலாம்.”

“சார், இங்கு திருப்பி வர மாட்டோம். இதுதான் கடைசி சான்ஸ். ஆமா, உங்களுக்கு நீச்சல் தெரியுமா, தெரியாதா?”

“தெரியும்ம்ம்... ஆனா தெரியாது!”

“சார், கரெக்டா சொல்லுங்க! தெரியுமா? தெரியாதா?”

“அட, நீச்சல் கூடவா தெரியாது! ஏன் அழுத்தி அழுத்தி கேட்கற?”

“அப்ப சரி! வாங்க, ரெண்டு ஸ்நார்க்லிங் கிட் வாடகைக்கு எடுக்கலாம்!”

“அது என்னவென்று 5 வரிகளுக்கு மிகாமல் விளக்க முடியுமா?”

“சார், ஸ்நார்க்லிங் என்பது ஆழ்கடல் டைவிங். கண்ணில் கண்ணாடி உறையை மாட்டிக் கொண்டு, ஆக்சிஜன் உதவியோடு ஆழ்கடல் அதிசயங்களைப் பார்க்கலாம்.”

“ஐயையோ! அம்ரி, நீச்சல் தெரியும். ஆனால் தண்ணீரில் தெரியாது.”

“என்னாது! தண்ணீரில்லாமல் எப்படி நீச்சல் அடிக்க முடியும்?”

“இல்லை... தப்பாச் சொல்லிட்டேன். கடலில் அடிக்கத் தெரியாது. ஆறு, ஏரி, குளம், கிணறு ஆகியவற்றில் அடிப்பேன்.”

“சார், இந்தக் கடல் ஆழமில்லை. ஆறு, கிணறை விட இது ரொம்ப சேஃப் சார்!”

“அம்ரி, உண்மையைச் சொல்றேன்! எனக்கு நீச்சல் தெரியாது.”

நீச்சலும் தெரியாது, பாய்ச்சலும் தெரியாது, கூச்சலும் தெரியாது. என்னை இப்படி வளர்த்து விட்ட என் அம்மா, அப்பாவின் மேல் கோபங் கோபமாய் வந்தது.

“சரி, விடுங்க சார்! அப்ப போட்டில் போகலாம்.”

“அட! அம்ரி, போட் இருக்கா? இதை முதல்லயே சொல்ல வேண்டியதுதானே?”

எங்கள் வண்டி சந்து பொந்துகளில் நுழைந்து சென்றது.

“என்னப்பா, பீச்சுக்குப் போறேன்னு சொல்லிட்டு சந்து பொந்துக்குள்ள போற?”

“சார், இதுதான் வழி. மத்ததெல்லாம் பிரைவேட்.”

வழியெங்கும் சிறு சிறு கடைகள் இருந்தன. அவற்றுக்குள் நீச்சல் உபகரணங்கள் வாடகைக்குக் கிடைக்கின்றன. தவிர கடல் பொருட்களை வைத்துச்

செய்யப்பட்ட அழகுப் பொருட்கள் விற்கும் கடைகள் இருந்தன. அவற்றையெல்லாம் வேடிக்கை பார்த்துக் கொண்டே சென்றோம். வீடுகளுக்கு முன்னால் ஆட்கள் உட்கார்ந்து கொண்டு சில பண்டங்களை விற்றுக் கொண்டு இருந்தனர். அது தவிர அவர்கள் வீட்டின் முன்னால் கார்களை விடக் கட்டணம் வசூலித்துக் கொண்டும் இருந்தனர். ஒரு வீட்டின் முன் காரை நிறுத்தி விட்டுச் சிறிது தூரம் நடக்க, கடற்கரை வந்தது.

மதிய வெயில் சுள்ளென்று அடித்தாலும் கடற்காற்று அதனைத் தடவித் தடவி சாந்தப்படுத்தியதால் இதமாகவே இருந்தது. வழியெங்கும் வெள்ளைக்காரர்கள் வெறும் ஷார்ட்ஸில் கையில் நீச்சல் சாதனங்களோடு வந்து கொண்டிருந்தார்கள். வாயைப் பிளக்க வேண்டாம்! ஆண்கள்தான். பெண்கள் டு-பீசில் இருந்தார்கள். வழி சந்து பொந்தாக இருந்தாலும் உள்ளே நீண்ட கடற்கரை அழகாகவும் சுத்தமாகவும் இருந்தது. கடற்கரை முழுவதும் பல தரப்பட்ட மக்களைப் பார்க்க முடிந்தது. பெரும்பாலும் வெள்ளைக்கார வெளிநாட்டினர். சர்ஃபிங் செய்பவர்கள், ஸ்நார்க்லிங் செய்பவர்கள், வெறுமனே கடலில் நீந்துபவர்கள், சன்பாத் எடுப்பவர்கள் என்று பலரும் இருந்தனர். ஸ்நார்க்லிங் செய்பவர்கள் கிட்டத்தட்ட மீன் போன்றே மாறியிருந்தனர். சன்பாத் செய்பவர்கள் பெரும்பாலும் அரை நிர்வாணமாக இருந்தார்கள். ஆம் பெண்களும்தான்! உடனே திரும்பவும் வாயைப் பிளக்க வேண்டாம்! அவர்கள் குப்புறப் படுத்திருந்தார்கள்.

அம்ரி ஒரு படகுக்காரரிடம் பேரம் பேசினான். பேரம் முடிந்து நானும் அம்ரியும் மட்டும் படகில் ஏறினோம். அது ஒரு மோட்டார் படகு. 'அடடே! நீச்சல் தெரிந்திருந்தால் கடலில் டைவ் செய்து ஆழ்கடல் அதிசயங்களை ஆத்மார்த்தமாக அனுபவித்திருக்கலாமே!' என்று ஆதங்கப்பட்டேன். (ஆஹா! அ, ஆ ஐந்து தடவை வந்து விட்டதே! இந்தப் பழைய புதுக்கவிஞன் அவ்வப்போது எட்டிப் பார்த்து அடம் பிடிக்கிறான். விட்டு விடுங்கள் பாவம்!)

படகில் துடுப்பு போல இன்னொன்று இருந்தது. அந்தப் படகோட்டியின் கையைப் பிடித்துக் கொண்டு ஒருபுறம் உட்கார, அம்ரி அநாயசமாக ஏறி அடுத்த புறம் அமர்ந்தான் (மறுபடியும் 'அ' நான்கு முறை! அஹ்ஹா!)

கடல் பளிச்சிடும் நீல நிறங்களில் ஜொலித்தது. படகின் மேல் கூரை இருந்ததால் வெயில் தெரியாமல் அட்டகாசமாக இருந்தது அந்த மதிய நேரம். அப்போது படகு ஓட்டுபவர் கீழே இருந்த பலகையை உருவி விலக்க, என்ன ஆச்சரியம்! கடல் ஆழம் வரை தெரிந்தது. ஆம்! படகின் கீழ்ப்புறம் நல்ல, கெட்டியான ஃபைபர் கண்ணாடியால் செய்யப்பட்டிருந்தது. கீழே பவளப் பாறைகள், கலர் கலராய்ச் சிறு சிறு அழகு மீன்கள், பவளப்பாசிகள் என்று வேறு ஒரு உலகம் விரிந்தது. இவ்வளவு பாதுகாப்பாக இத்தனை அருகில் கடலின் ஆழத்தைப் பார்ப்பது பிரமிப்பாக இருந்தது. அப்போதுதான் என் காலுக்குக் கீழே அந்தப் பெரிய... மிகப் பெரிய மீனைப் பார்த்தேன்.

கடல்கன்னியும் வண்ண மீன்களும்!

கீழே வந்தது என்னவென்று பார்ப்பதற்கு முன் இந்தப் பவளப்பாறைகள், பாசிகளைப் பற்றிச் சிறிது பார்க்கலாம்.

இலங்கையின் பெரும்பாலான கடற்கரைகளில் இந்த அதிசயப் பவளப்பாறைகள், பாசிகள் இருக்கின்றன. காலே கடற்கரை அவற்றுள் சிறப்பு வாய்ந்த ஒன்று. கிட்டத்தட்ட 180 வகைகள் இருக்கின்றனவாம். நான் எங்கு சென்றாலும் அதன் சிறப்பு கூடுகிறது (?). இந்த ஆழ்கடலில் வீழ் உடலாக உள்ளே சென்றால் அவற்றை அருகில் பார்க்கலாம்.

“சார், நீச்சல் கற்றுக் கொள்ளுங்கள்! மெலிதான உடல் உள்ள உங்களைப் போன்றவர்களுக்கு நீச்சல் செய்வது மிகவும் ஈஸி. நீச்சல் உங்களுக்குப் புத்துணர்ச்சி தரும், ஆரோக்கியத்தைக் கூட்டும். அது

தவிர உங்கள் மூளை அதிவிரைவில் சிந்திக்கவும் தூண்டும்.”

“அம்ரி, நீச்சலைக் குறித்த உன் விரிவுரை நன்றாக இருக்கிறது. ஆனால் நடைமுறையில் அது எனக்கு ஒத்து வருமா என்று தெரியவில்லை. அதோடு தண்ணீரில் எனக்கு முண்டம்... சாரி, தண்டம்... சாரி சாரி, கண்டம் இருக்கிறது. பார்த்தாயா? கண்டம் இருக்கிறது என்று சொல்வதற்கே எவ்வளவு தடுமாறுகிறது பார்!”

“என்ன கண்டம் சார்?”

“அதாவது எனக்கு சனி உச்சியில் இருக்கும்போது உக்கிரதிசை வழியில் செல்லும்போது, சுக்கில பட்சத்தில் ராகுவும் கேதுவும் உறவாடும்போது நீரில் கண்டம் என்று குருஜி சொல்லியிருக்கிறார்” - அம்ரிக்கு இதைப் பற்றி எதுவும் தெரியாததால் கொஞ்சம் அள்ளிவிட்டேன்.

“யார் சார் அந்த குருஜி?”

“அவரா? அவர் பெயர் ஸ்ரீலஸ்ரீ மகா உபாத்யாய குரு பீட குரு பிரம்ம, குரு விஷ்ணு, குருதேவோ குரு ஆச்சாரிய...”

“சரி, பரவாயில்லை சார்! விடுங்க! ஏதோ இளையராஜா பாட்டில வர மாறி இருக்கு.”

“ஏன் மீன் சாப்பிட மாட்டீங்கறீங்கன்னு கேட்டியே? இதுதான் காரணம். கடல் பண்டம் எதுவும் சாப்பிடக் கூடாது. கடல் பண்டத்திலும் உடல் கண்டம் எனக்கு இருக்கிறது (ஆஹா! மீன் சாப்பிடாததற்கு ஒரு மீன் (mean) அதாவது காரணம், கண்டுபிடித்தாகி விட்டது).

“சரி சார்! விடுங்க, விடுங்க!”

ஆழ்கடலில் ஸ்நார்க்லிங் செய்பவர்களுக்குப் பலவித வண்ணங்களில் இருக்கும் பவளங்களைப் பார்ப்பதும், ஆய்வதும் மிகுந்த ஆச்சரியங்களை அளிக்க வல்லது. அதோடு பலவித ரகமான வண்ணமய மீன்களும் கூட்டம் கூட்டமாக அலைந்து வண்ணத்துக்கு வண்ணம் சேர்க்கின்றன.

பவளங்கள் வித விதமான அளவுகளில், வண்ணங்களில், வடிவங்களில் இருந்தன. இதில் ஆச்சரியம் என்னவென்றால் சில இடங்களில் அவ்வளவு ஆழமில்லை. தொட்டு விடும் தூரத்தில் நிறைய இருந்தன. ஆனால் கண்ணாடி தடுத்தது. அப்படியே கை எட்டினாலும் எடுக்க முடியாது. இதெல்லாம் இலங்கை அரசாங்கத்தால் பாதுகாக்கப்பட்ட இடங்கள். ஆண்டவனின் அதிசயப் படைப்புகள்தான் எத்தனை எத்தனை! அனைத்தையும் பார்த்து மகிழ ஒரு ஜென்மம் போதாது!

அப்போதுதான் கீழே அந்தப் பெரிய மீன் தெரிந்தது. அது மீன் என்று உற்றுப் பார்த்தால்... இல்லை இல்லை, ஓ! அது மெர்மைட் என்று சொல்லப்படும் கடற்கன்னி போலத் தெரிந்தது. அம்ரியும் குனிந்து சுவாரசியமாகப் பார்த்துக் கையாட்ட, அது கண்டுக்காமல் போனது.

“என்ன அம்ரி?... கடற்கன்னியா?!”

“சார், சும்மா விளையாடாதீங்க! அது ஏதோ வெள்ளைக்காரப் பெண் ஸ்நார்க்லிங் செய்து கொண்டு இருக்கிறது.”

“எனக்கும் தெரியும். நீதான் உத்து உத்துப் பாத்தியே, அதனால் கேட்டேன்.”

அந்தப் பெண்ணை போட்டோ எடுத்துக் காண்பித்துக் கடற்கன்னி என்று சொன்னால் யாரும் நம்பி விடுவார்கள். டூ பீஸ் உடை, இரு கால்களிலும் மீன் வாலைப் போன்ற ஒரு அமைப்பை மாட்டியிருந்தாள், கண்களில் ஒரு காகில்ஸ் முகமூடி, முதுகில் ஆக்சிஜன் சிலிண்டர். அவள் நீந்துவது மீன் கூடப் போட்டி போடுவது போல் தெரிந்தது. இவ்வளவும் நடப்பது ஆழ்கடலில். நாங்கள் படகில் மேலே. அதற்குள் கடற்கண்ணன் வந்து விட, முத்தமிட்டுக் கொண்டே இருவரும் நீந்திக் கடந்தனர். ஒரு சிங்கிள் கூட இல்லை இங்கே மிங்கிள் ஆக. எல்லோரும் ஜோடிதான். ஹூம்! கடலின் ஆழத்திலும் சரி, கடற்கரையிலும் சரி, வான ஊர்தியிலும் சரி, நகர்ப்புறத்திலும் சரி, தனியாக இருந்தது நான் மட்டும்தான். நல்லவேளை, அம்ரியாவது இருக்கிறானே துணைக்கு!

படகு நகர்ந்து அடுத்த புறம் செல்ல, அடியில் ஆயிரக்கணக்கில் ஒரு வண்ணமய மீன் கூட்டம் கடந்து சென்றது. சிறிது நேரம் சென்று இன்னொரு வண்ண மீன் கூட்டம் சென்றது கண்கொள்ளாக் காட்சியாக இருந்தது.

“இதென்ன, இங்கு மீன் வளர்க்கிறார்களா?” என்று கேட்டால், படகுக்காரரர் சொன்னார், எல்லாம் இங்கே இயற்கையாக வளர்பவை என்று. என் மனைவி இப்போது மட்டும் இருந்திருந்தால் துள்ளிக் குதித்திருப்பாள். எங்கள் வீட்டில் வண்ண மீன்கள் தொட்டி வைத்து, சில மீன்களை வளர்த்து வருகிறாள். ஒவ்வொன்றும் நல்ல விலை! அதே சமயத்தில் மீன் உணவு என்றால் அவளுக்குக் கொள்ளைப் பிரியம்.

அதெப்படி, ஒரே சமயத்தில் ஒருபுறம் மீனைச் சாப்பிட்டுக் கொண்டு மறுபுறம் மீனை வளர்க்கவும் முடியும் என்பது எனக்கு எப்பவுமே ஆச்சரியம்தான். அதோடு எனக்கு மீன் என்றால் ஆகாது. அவளுக்கு மீன் என்றால் உயிர்! இந்தக் கடவுள் எப்படியெல்லாம் கோத்துவிட்டு வேடிக்கை பார்க்கிறார் பாருங்கள்!

படகுக்காரர் எங்கெல்லாம் பவளம் இருக்கிறதோ அங்கு சில நிமிடம் நிறுத்துவார். அதே மாதிரி மீன் கூட்டம் வந்தாலும் நிறுத்துவார். இப்படி ஒரு வாய்ப்பு இதுவரை எனக்குக் கிடைத்ததில்லை. வண்ண மீன்களில் வித வித டிசைன்களைப் பார்க்கும்போது சொர்க்கத்தில் கடவுள் இதற்கெனத் தனி டிபார்ட்மெண்ட் வைத்துச் சில ஆர்ட்டிஸ்ட்டுகளை வேலைக்கு வைத்து வரைந்து, பெயிண்ட் செய்து அனுப்புவார் போலத் தெரிந்தது.

காலே பயணம் இனிமையாகக் கழிய, நானும் அம்ரியும் கிளம்பிக் கொழும்பு வந்து சேர்ந்தோம். அப்போது அம்ரி கேட்டான், "உங்களுக்கு ஃபிரைட் ஐஸ்கிரீம் வேணுமா?"

"வேணும்" என்றேன்.

'அதென்ன பொறித்த ஐஸ்கிரீம்!' என்று வியப்பாக இருந்தது.

இந்த விஷயத்தில் இந்தியாவை விட இலங்கை மேல்!

இருக்கும் சுகரை நினைத்து என் ஃபிகர் உதறினாலும், அதனால் டிஸ்ஃபிகர் ஆனால் அதனைப் பின்னால் கான்ஃபிகர் பண்ணிக் கொள்ளலாம் என்றெண்ணிக் கொண்டு, “சரி, சாப்பிட்டுத்தான் பார்ப்போமே!” என்றேன்.

கொழும்பின் மறுபுறம் போனோம். இங்கு அதிகமாகத் தமிழ் இஸ்லாமியர்கள் வாழ்வதாகச் சொல்லிவிட்டு அங்கிருந்த ஒரு ஐஸ்கிரீம் கடைக்கு முன்னால் காரை நிறுத்தினான். பொறித்த ஐஸ்கிரீம் என்றால் சூடாக இருக்குமே என்று நினைத்த எனக்கு ‘அதெப்படி ஐஸ்கிரீம் சூடாக இருக்க முடியும்?’ என்று வியப்பாக இருந்தது.

உள்ளே போய், “அம்ரி, முழுதாக என்னால் சாப்பிட முடியாது. அப்படியே சாப்பிட்டால் உன் பாடு திண்டாட்டமாகி விடும். எனவே ‘நீ பாதி நான் பாதி கண்ணே’” என்று பாடினேன்.

அம்ரி கலவரமாகி, “என்ன சார்?!...” என்றான்.

“இல்லப்பா, பாட்டு அதிரடியா வந்துருச்சு” என்று ஜகா வாங்க, அம்ரி ஆர்டர் செய்தான்.

அதன் உரிமையாளரும் தமிழ் இஸ்லாமியர்தான். பல தலைமுறைகளாக அங்கிருப்பதாகச் சொன்னார்.

கொஞ்ச நேரத்தில் ஆவி பறக்க (?) ஐஸ்கிரீம் வந்தது. வெளியே சிறிதே சூடாக, ஆனால் உள்ளே குளிர்ச்சியாக, மிகவும் வித்தியாசமாகவும் கிரிஸ்ப்பாகவும் மொறுமொறுவென்று இருந்தது. சுவையாகவே இருந்தது! கொழும்பு சென்றால் நீங்களும் சாப்பிட்டுப் பாருங்கள்!

“சார், டின்னருக்கு எங்கே போகலாம்?”

“இல்லப்பா, ஐஸ்கிரீமே போதும்! ரூமில் கொஞ்சம் பழங்கள் இருக்கின்றன.”

ரூமில் போய் இறங்கும்போது இரவு மணி 10. அன்று பார்த்த அனைத்தையும் அலசிக் கொண்டே அப்படியே உறங்கிப் போனேன்.

அடுத்த நாள்தான் சுற்றிப் பார்க்கும் கடைசி நாள் என்பதால் காலையிலேயே ரெடியாகி உட்கார, அம்ரி வந்தான். நல்ல பையன் கிடைத்தான் எனக்கு!

“அம்ரி, கடைசி நாள் என்பதால் எல்லாவற்றையும் பார்த்து விட வேண்டும்!”

“சரி சார், வாங்க போகலாம்!”

“முதலில் எங்கே?”

“மியூசியத்துக்குப் போகணும்னு சொன்னீங்கல்ல? முதலில் அங்கே போவோம்!”

“வெரிகுட்! அதன் பெயர் என்ன?”

“நேஷனல் மியூசியம் ஆஃப் கொழும்பு.”

பேசிக் கொண்டே மியூசியமும் வந்து சேர்ந்தது. பார்ப்பதற்கு ஏதோ ஒரு ஐரோப்பிய அரண்மனை போல்

தோற்றம் தந்தது. அதனைப் பற்றிக் கொஞ்சம் தெரிந்து கொண்டு உள்ளே போகலாம் என்று நினைக்கிறேன்.

புல்லட் பாயிண்ட்டுகளில் சுருக்கமாகத் தந்து விடுகிறேன். என்ன மக்கா?

1. கொழும்பில் உள்ள இரண்டு அருங்காட்சியகங்களில் இது மிகவும் பெரிது. கொழும்பில் மட்டுமல்ல, இலங்கையிலேயே மிகப் பெரிய அருங்காட்சியகமும் இதுதான்.

2. இலங்கையில் மத்திய அரசின் தேசிய அருங்காட்சியகத் துறையால் (Department of National Museum of Central Government) இது நிர்வகிக்கப்பட்டு வருகிறது.

3. சர்.வில்லியம் ஹென்ரி கிரிகரி என்பவர் இலங்கையின் பிரிட்டிஷ் கவர்னராக இருந்தபோது ஜனவரி 2-ஆம் தேதி 1877-ஆம் வருடத்தில் இது நிறுவப்பட்டது.

4. இத்தாலிய வடிவமைப்பில் உருவாக்கப்பட்ட இந்தக் கட்டடத்தின் ஆர்க்கிடெக்ட் J.G.ஸ்மிதர் என்பவர்.

5. 1872-இல் கட்டட வேலை ஆரம்பிக்கப்பட்டு 1876-இல் கட்டி முடிக்கப்பட்டது.

6. இதன் கட்டடப் பணியை மேற்கொண்டவர் அரசி மரிக்கார் வாப்ச்சி மரிக்கார் என்பவர். இவர்கள் குடும்பம் 9-ஆம் நூற்றாண்டில் இடம் பெயர்ந்த ஷேக் ஃபரீத் குடும்பத்தைச் சேர்ந்தது. இவர்தான் கொழும்பிலுள்ள மிகவும் முக்கியமான கட்டடங்களான ஜெனரல் போஸ்ட் ஆபிஸ், கொழும்பு கஸ்டம்ஸ், பழைய டவுன் ஹால், காலே ஃபேஸ் ஹோட்டல், விக்டோரியா ஆர்க்கேட், கிளாக் டவர் போன்ற இன்னும் இருக்கும் பல கட்டடங்களைக் கட்டியவர்.

7. இது தேசிய அருங்காட்சியகம் ஆன பிறகுதான் இதன் கிளை அருங்காட்சியகங்கள் யாழ்ப்பாணம், கண்டி, ரத்தினபுரி ஆகிய இடங்களில் (1942-இல்) ஆரம்பிக்கப்பட்டன. அதன் பிறகு ஒன்பது புதிய கிளைகளும் திறக்கப்பட்டதோடு ஒரு நடமாடும் அருங்காட்சியகமும் (Mobile Museum) உருவாக்கப்பட்டது.

8. 1885-இல் உருவாக்கப்பட்ட ஒரு அரிய நூலகமும் இங்கு இருக்கிறது. 1 கோடியே 20 லட்சம் புத்தகங்கள் பல தலைப்புகளில் இங்கு இருக்கின்றன.

9. இங்கு பல ஓலைச்சுவடிகளும் பாதுகாக்கப்பட்டு வருகின்றன. அவை சிங்களம், பாலி, சமஸ்கிருதம், பர்மா, தெலுங்கு மற்றும் தமிழ் மொழிகளில் அமைந்தவை. இவற்றில் புத்த மதம், சிங்கள

இலக்கியம், வரலாறு, மருத்துவம், சோதிடம், கால்நடை மருத்துவம், வரைவுக்கலை, கட்டடக்கலை போன்றவை அடங்கும்.

உள்ளே இருந்தவற்றுடன் என்னைப் பெரிதும் கவர்ந்தவை கண்டி அரசர்களின் சிம்மாசனம் மற்றும் கண்டி அரசக் குடும்பங்கள் பயன்படுத்திய தங்க, வைர, முத்து, ரத்தின ஆபரணங்கள்.

இவற்றைக் கவர்ந்து பிரிட்டிஷ்காரர்கள் லண்டன் கொண்டு சென்று அங்கே அரச வமிசத்தினரிடம் ஒப்படைத்தனர். ஆனால் இலங்கை அரசு இதனைக் கேட்டுப் பெற்று இந்த அருங்காட்சியகத்தில் வைத்திருக்கிறது.

பாருங்கள்! சுண்டைக்காய் நாடான இலங்கை, இங்கிலாந்துடன் பேசி இவற்றை வாங்கியுள்ளது. நாமும்தான் இருக்கிறோம்! நம்முடைய விலைமதிப்பற்ற கோஹினூர் வைரம் இன்னும் பிரிட்டிஷ் வசம் இருப்பது வெட்கக்கேடு! இந்த விஷயத்தில் இந்தியாவை விட இலங்கை பரவாயில்லை.

இவை தவிர மாலத்தீவிலிருந்து கொண்டு வந்த வரலாற்றுச் சிறப்பு வாய்ந்த புத்தர் சிலையும் காணப்பட்டது. மேலும் ஒரு பட்டத்து யானையின் எலும்புக் கூடும் அப்படியே இருந்தது.

கொழும்பு செல்லும் மக்கள் அவசியம் பார்க்க வேண்டிய மியூசியம் இது!

இலங்கையில் தாய் மசாஜ்!

"அம்ரி, அடுத்து எங்கே?"

"சார், கிட்டத்தட்ட முடித்து விட்டோம். கால் (Galle) பகுதி மட்டும் பாக்கியிருக்கிறது."

"சரி, போவோம்! ஆனால் எங்கே போவதென்றாலும் சாப்பிட்டு விட்டுச் செல்வோம்."

"சரி சார்! ஷண்முகாஸ் போவோமா? அங்கு மதியம் நல்ல தாலி மீல்ஸ் கிடைக்கும்."

ஒரு பாயே சைவ உணவைச் சொல்லுகிறான். நானும் சைவப் பிரியன் என்பதால் பலமாகத் தலையாட்டினேன்.

ஷண்முகாஸ் தாலி மீல்சில் எனக்குப் பிடித்த வெண்டைக்காய்ப் பொறியல், அவரைக்காய் சாம்பார், புடலங்காய்க் கூட்டு போன்ற காய்கறிகளுடன் மெலிதான சப்பாத்தி, வத்தல் குழம்பு, ரசம் மற்றும் வடை

- பாயசம் என்று நல்ல சைவ விருந்து உண்டு களித்து வெளியே வந்தோம். கால் (Galle) பகுதிக்கு வந்து சேர்ந்தோம். காலே கோட்டையும் ஊரும் இருக்குமிடம் வேறு. இது கொழும்பின் மையப் பகுதியில் இருக்கிறது. **கால் ஃபேஸ் கிரீன்** என்று இதற்குப் பெயர்.

கொழும்பின் அழகிய கடற்கரையை ஒட்டி அமைந்துள்ள பூங்கா இது. மெரினா கடற்கரையை ஒட்டி இருப்பதைப் போலவே இருக்கிறது. கடல் இன்னும் நீளமாக, கடற்கரை இன்னும் சுத்தமாக, பூங்கா இன்னும் பச்சையாக இருப்பதைச் சொல்லித்தான் ஆக வேண்டும்.

ஐந்து ஹெக்டேர் அளவில் இந்தப் பூங்கா அமைந்துள்ளதாம். அதாவது சுமார் 1/2 கி.மீ நீளம். இது கொழும்பின் நிதியியல் மாவட்டம் (Financial District) இருக்கும் முக்கியப் பகுதியில் இருப்பதால் இன்னும் சிறப்புப் பெறுகிறது.

1856-இல் இலங்கையின் கவர்னர் சர்.ஹென்ரி ஜார்ஜ் வார்டு என்பவர்தான் இதனை அடிக்கல் நாட்டித் துவங்கி வைத்தார். 1859-இல் இது கட்டி முடிக்கப்பட்டது. அப்போது இதை விட நீளமாக இருந்ததாம். ஆரம்பத்தில் இங்கு குதிரைப் பந்தயம், கால்ஃப், கிரிக்கெட், போலோ, கால்பந்து, டென்னிஸ், ரக்பி போன்ற விளையாட்டுக்கள் விளையாடப்பட்டன.

இந்தப் பகுதியில்தான் போர்த்துக்கீசியரை முறியடிக்கவும், உள்ளே நுழைய விடாமல் செய்யவும் டச்சு பீரங்கிகள் வரிசையாக நிறுத்தப்பட்டிருந்தனவாம்.

கிரிக்கெட் ஸ்டேடியம் இருந்த இடத்தில் இப்போது தாஜ் சமுத்திரா என்ற ஐந்து நட்சத்திர விடுதி இருக்கிறது. குதிரைப் பந்தயம் நடந்த இடத்தில் இருந்த பங்களா தாஜ் விடுதியின் நடன அரங்கமாக (Ball Room) இருக்கிறது.

கால் சாலையிலிருந்து இந்தப் பெருங்கடலுக்கு இடைப்பட்ட இந்த இடம்தான் கொழும்பிலேயே இருக்கும் பெரிய வெட்டவெளி. நமது மெரினா போலவே இங்கு மாலை நேரங்களிலும் வார இறுதி நாட்களிலும் கூட்டம் அள்ளுமாம். சிறு கடைகளும் ஆங்காங்கு முளைக்குமாம்.

‘அப்ப தேங்காய் - மாங்காய் - பட்டாணி சுண்டல் கிடைக்குமா?’ என்று நினைத்துக் கொண்டேன்.

“சார், அதெல்லாம் கிடைக்காது” என்றான் அம்ரி. ‘என்னது இது! என் மைண்ட் வாய்ஸ் வெளியே சத்தமாகக் கேட்டுவிட்டது போல் தெரிகிறது!’

சாலையின் மறுபகுதியில் நிறைய விடுதிகள் இருந்தன.

“சார், மசாஜ் போறீங்களா?”

“மசாஜா? என்ன மசாஜ்?”

“தாய் மசாஜ் சார்!”

“தாய் மசாஜ் டெக்னிக் போல இங்கு இருப்பவர்கள் பண்ணுவார்களா?”

“இல்லை சார், தாய்லாந்து பெண்களே இங்கு இருக்கிறார்கள். அங்கிருந்து இங்கு வந்து சில காலம் தங்கி வேலை செய்து விட்டுத் திரும்பி விடுவார்கள்.”

“அப்படியா?”

“ஆமா சார், உள்ளூர் மசாஜ் 1500 ரூபாய். தாய் மசாஜ் 2500 ரூபாய்.”

“அம்ரி, தாய்நாடு போகும்போது தாய் மசாஜ் என்ற விபரீத ஆசை வேண்டாம், விட்டு விடு!”

கொழும்பு போகிறவர்களுக்கு இது நல்ல செய்தியா அல்லது கெட்ட செய்தியா என்று தெரியவில்லை.

கால் ஃபேஸ் கிரீனின் இருபுறமும் இரு பெரிய பழைய ஹோட்டல்கள் இருக்கின்றன. ஒன்று சிலோன் இன்ட்டர் கான்டினெண்டல் ஹோட்டல்; இன்னொன்று கால் ஃபேஸ் ஹோட்டல். இதில் இரண்டாவது மிகப் பழையது.

இந்தப் பகுதியிலிருந்துதான் சிலோன் ரேடியோவும் ஒலிபரப்பப்பட்டு வந்ததாம். K.S.ராஜா, அப்துல் ஹமீது ஆகியோரெல்லாம் ஞாபகம் வந்தார்கள்.

அங்கிருந்து கால் ஃபேஸ் ஹோட்டலுக்குப் போனோம். மிகப் பழமையான முக்கியமான ஹோட்டல். அதோடு **சாகும் முன் பார்க்க வேண்டிய உலகின் ஆயிரம் இடங்கள்** என்ற பட்டியலில் உள்ள ஒன்று என்பதால் ஆவலைத் தூண்டியது. பல விருதுகளைப் பெற்ற இது செலக்ட் ஹோட்டல்ஸ் & ரிசார்ட்ஸ் இன்டர்நேஷனல் குரூப்பில் ஒரு மெம்பர். இதன் சேர்மன் சிரில் கார்டினர் 1997-இல் இறந்த பின் இதன் தற்போதைய சேர்மனாக இருப்பவர் அவர் மகன் சஞ்சீவ் கார்டினர். இலங்கை அரசு அஞ்சல்தலை வெளியிட்டுப் பெருமைப்படுத்திய முதல் ஹோட்டலும் இதுதான்.

இது 1864-இல் பிரிட்டிஷ்காரர்களால் கட்டப்பட்டது. 1894-இல் ஆர்க்கிடெக்ட் தாமஸ் ஸ்கின்னரால்

தற்போதைய கட்டடம் முடிக்கப்பட்டது. பிரிட்டிஷ் கலோனியல் ஸ்டைலில் கட்டப்பட்டது.

இங்கு பல தலைவர்களும் பிரபலமானவர்களும் தங்கியிருக்கிறார்கள். அவர்களுள் முக்கியமானவர் நம் தேசத்தந்தை மகாத்மா காந்தி. அவர் மட்டுமில்லை ஜவஹர்லால் நேரு, இந்திரா காந்தி, ஜான் டி.ராக்ஃபெல்லர், டென்மார்க் இளவரசி அலெக்சாண்ட்ரா, இளவரசர் பிலிப், ஜப்பானிய மன்னர் ஹிரோஹிட்டோ, அமெரிக்க அதிபர் நிக்சன், மௌண்ட்பேட்டன் பிரபு எனப் பெரிய தலைகள் பலரும் இங்கு தங்கியிருக்கின்றனர். பார்க்க வேண்டிய இடம்தான்! ஒரு நாளாவது தங்கியிருந்தால் இந்தப் பிரபலங்களின் வரிசையில் இணைந்திருக்கலாம். என்ன செய்வது, அன்று மாலை எனக்குச் சென்னை ஃபிளைட்.

அம்ரி சொன்னான், “சார், எங்கள் வீட்டுக்கு வந்து விட்டுத்தான் போக வேண்டும்”. நேரமிருந்ததால் தட்டாமல் அவன் வீட்டுக்குச் சென்றேன். அவனுக்கு இரு ஆண் குழந்தைகள். சின்னவன் படு சுட்டி! நான் வாங்கிக் கொடுத்த சிறிய நீச்சல் குள டப்பில் நீரில் உட்கார்ந்து விளையாடிக் கொண்டிருந்தான். அந்த வீட்டுக்குப் போனது எனது சொந்த ஊரில் உள்ள இஸ்லாமிய உறவினர் வீட்டுக்குப் போன உணர்வையும் மகிழ்ச்சியையும் அளித்தது.

அங்கிருந்து அறைக்குப் போய், பெட்டிகளை எடுத்துக் கொண்டு நேராகக் கொழும்பு ஏர்போர்ட் சென்றோம். அங்கே அம்ரிக்கு நன்றி சொல்லி விடைபெற்று ஸ்ரீலங்கன் ஏர்வேசில் பயணம். என்னைத் தவிர கிட்டதட்ட மற்ற அனைவரும் ஐயப்ப பக்தர்கள்.

இருமுடி தாங்கி, காவியணிந்து தாடி வளர்த்து, காலணிகள் இல்லாமல் பயணம் செய்தனர்.

K.வீரமணியின் “இருமுடி தாங்கி ஒரு மனதாகி, குருவெனவே வந்தோம்” என்ற பாடல் மனதில் ஒலிக்க, விமானம் மேலேறிப் பறந்தது.

- சந்திப்போம் ‘மெக்சிகோவில் பரதேசி’ புத்தகத்தில்...

பரதேசியின் பிற நூல்கள்!

சீனாவில் பரதேசி (பரதேசியின் பயணங்கள்-1)

சீனாவின் முக்கியச் சுற்றுலாத் தலங்கள் அனைத்தையும் கண்முன் கொண்டு வரும் நூல்! ஏராளமான படங்களுடன்!

வெறும் புத்தகம் இல்லை!

சீனா செல்லும் ஒவ்வொரு தமிழருக்குமான வழிகாட்டி!

* * *

நியூயார்க் பக்கங்கள் (பாகம்-1)

22 ஆண்டுகளாக அமெரிக்காவில் வாழும் ஒரு தமிழனின் சுவைமிகு அனுபவங்கள்! ஏராளமான படங்களுடன்!

சிரிக்கவும் சிந்திக்கவும் வைக்கும் வாழ்க்கைப் பதிவு!

* 9 7 8 9 3 5 4 9 0 5 8 8 9 *
FCW - #0081 - 061026 - C0 - 200/125/10 - PB - 9789354905889 - Gloss Lamination